அப்பா — மகன

நெருக்கமும் நெருடல்களும்

அப்பா – மகன்

நெருக்கமும் நெருடல்களும்

சோம. வள்ளியப்பன்

ZDP
SPECIFICS

Title: Appa Magan
Author's Name: Soma. Valliappan

Published by ZDP Specifics

SPECIFICS

(An imprint of Zero Degree Publishing)
No. 55(7), R Block, 6th Avenue,
Anna Nagar,
Chennai - 600 040

Website: www.zerodegreepublishing.com
E Mail id: zerodegreepublishing@gmail.com
Phone: 89250 61999

ZDP Specifics First Edition: September 2023
ISBN: 978-93-95222-32-7
TITLE No. ZDPS: 69

Cover Design & Layout: Vijayan, Creative Studio

அப்பா, CT சோமையா அவர்களுக்கும்
மகன்கள், சோமையா மற்றும் கார்த்திகேயனுக்கு

பொருளடக்கம்

முன்னுரை

எவர் வாழ்க்கையிலும் அப்பா ஒரு தவிர்க்க முடியாத ஆளுமை. அவருடைய தாக்கம் பெரும்பாலும் நேர்மறையாகத்தான் இருக்கும். இருக்க வேண்டும். ஆனால், துரதிர்ஷ்டவசமாக எல்லோர் வாழ்விலும் அப்படி இல்லை. சிலருடைய அப்பாக்கள் பிள்ளைகளுக்கு குறிப்பாக, மகன்களுக்கு சாபமாகிவிடுகிறார்கள்.

வளர்ந்த மகன்கள் தலையெடுத்த பிறகு, தோளுக்கு உயர்ந்த தோழனாய் குடும்பத்தைத் தாங்கும் ஆலம் விழுதாய் தந்தைக்கு உதவுகிறார்கள்.

வேறு சில மகன்கள், படிக்காமல் ஊர் சுற்றி, எதிர்த்துப் பேசி, பணம் கேட்டு, சண்டை போட்டு, அப்பாவின் பெயரைக் கெடுத்து, மன உளைச்சல் கொடுத்து, தீராத தலைவலியாகி, ஏன் இவனைப் பெற்றோம் என்று வருந்தவைத்து விடுகிறார்கள்.

இவர்களுக்கு இடையே ஆன உறவு எப்படிப்பட்டது? எப்படி, எதனால் மாறுகிறது? இதில் யார் சரி? யார் தவறு? எவர் புரிந்து கொள்ள வேண்டும், விட்டுக் கொடுக்க வேண்டும்? அதெல்லாம் ஏன் அப்படி இருக்கிறது? என்ன காரணம்? அவற்றை மாற்ற முடியுமா? மாறாமல் போனால்தான் என்ன?

பதில்களை விட அதிகம் கேள்விகள் இருக்கிற விஷயம் இது.

உலகின் சரிபாதி மனிதர்களுக்கு ஏற்படும் ஓர் அனுபவம்தான், அப்பா மகன் உறவு.

2013ல் கோவை விஜயா பதிப்பகம் மூலம் வெளிவந்து, சில பதிப்புகள் கண்டு, சில காரணங்களுக்காகத் தொடர்ந்து பதிப்பிக்காமல் விட்டுவிட்டேன். அந்த காரணங்களில் ஒன்று, இன்னும் கொஞ்சம் விரிவுபடுத்தலாம் என்கிற எண்ணம். ஆனால், அதைச் செய்யாமலே காலம் கடந்து போய்க்கொண்டிருக்க, சிலர் அப்பா மகன் புத்தகத்தைக் கேட்டு எழுதிக்கொண்டே இருக்கிறார்கள்.

சரி, விரிவு செய்வதை ஒத்திவைத்து, குறைந்தபட்சம் அப்டேட் ஆவது செய்வோம் என்று முடிவெடுத்தேன். அந்த வகையில் இந்த 'அப்பா மகன் நெருக்கமும் நெருடல்களும்' ஸீரோ டிகிரி பப்ளிஷிங்கில் எனது முதல் புத்தகமாக வெளிவந்துள்ளது. பதிப்பாளர் திரு. ராம்ஜீ நரசிம்மன் அவர்களுக்கு என் நன்றி.

2007ல் மறைந்த தந்தை சி.டி.சோமையா அவர்களை அடிக்கடி நினைத்துக்கொள்ளும் அன்பு மகனாக,

சோம வள்ளியப்பன்

9.7.2023

அபிராமபுரம்

முதல் பதிப்பிற்கான

என்னுரை

குடும்ப உறவுகள் பற்றி நான் எழுதுகிற மூன்றாவது புத்தகம் இது. வாங்க பழகலாம் என்று முதலில் பெயர் வைக்கப்பட்ட, 'உறவுகள் மேம்பட' முதல் புத்தகம். கணவன் மனைவி புரிந்து சேர்ந்து வாழ்தல் பற்றிய திருமண கைடு - காதல் முதல் திருமணம் வரை இரண்டாவது புத்தகம்.

வாழ்க்கை ஓர் அனுபவம். அதை எவரும், OTTயில் படம் பார்ப்பதுபோல, ஃபாஸ்ட் ஃபார்வேர்ட் செய்யவோ, ரீவைண்டு செய்யவோ முடியாது. தொலைக்காட்சியில் பார்ப்பதுபோலத்தான் பார்த்தாக வேண்டும். நடைபெறும்போதுதான் அந்த அனுபவம் கிடைக்கும்.

மனையாள் சுகமெனில் யாதெனக் கேட்டேன்
மணந்து பாரென இறைவன் பணித்தான்!
பிள்ளை என்பது யாதெனக் கேட்டேன்
பெற்றுப் பாரென இறைவன் பணித்தான்!
முதுமை என்பது யாதெனக் கேட்டேன்
முதிர்ந்து பாரென இறைவன் பணித்தான்!

என்பார் கவியரசு கண்ணதாசன். எல்லா உறவுகளுமே அப்படிப்பட்டது தான். அப்பா மகன் உறவு விதிவிலக்கல்ல. காலம்தான் சிலவற்றை

உணர்த்தும். அனுபவமே சொல்லித்தரும். வேறு எப்போதும் எவர் சொல்லியும் புரியாதது, ஓர் அனுபவத்தின் மூலம் பளிச்செனப் புரிந்துவிடும்.

என் மகனின் நண்பன் ஒருவன் அவனது கைபேசியில் 'வில்லன்' என்று ஒரு பெயரைப் பதிவு செய்து வைத்திருந்தான். அதைப் பார்க்க நேர்ந்த நான் கேட்டேன். "யார் கைபேசி எண்ணை உன் நண்பன் அப்படிப் பதிவு செய்து வைத்திருக்கிறான்" சிரித்தபடியே மகன் சொன்னான், "அவன் அப்பா நம்பரைத்தான்."

எல்லா அப்பாக்களும் எல்லா மகன்களும் இப்படியில்லைதான். அதிலும் குறிப்பாக எல்லா காலகட்டத்திலும் இப்படி இருப்பதில்லை.

மற்றவர்கள் இருக்கட்டும். நான் எப்படி? நல்ல மகனாக நல்ல அப்பாவாக இருக்கிறேனா?

நான் ஒரு நல்ல அப்பாவாக இருப்பதாகச் சொல்ல முடியும். அதைப் போலவே நான் நல்ல மகனாகவும் இருந்திருக்கிறேன் என்றும் என்னால் உறுதியாகச் சொல்லமுடியும் என நினைக்கிறேன். ஆனால் இந்த இரண்டு கேள்விகளுக்குமான பதில்களை என்னிடம் இருந்து மட்டுமா பெற வேண்டும்? நான் நல்ல அப்பாவா என்பதை என் மகன்களும், நான் நல்ல மகனா என்பதை என் அப்பாவும் அல்லவா சொல்லவேண்டும்!

★★★

மகனைப் பொறுத்தவரை, அப்பா - ஆசிரியரா, வழிகாட்டியா? அம்மாவின் கணவரா? வீட்டில் இருக்கும் ஒரு ஆளா? பணம் கொடுக்கக் கடன்பட்டவரா?

மழலை, உறவு, வாரிசு, தன் பிம்பம், தாங்கிப்பிடிக்கும் ஆலம் விழுது, நண்பன், ஆசான் என்று எத்தனையோ விதங்களாகப் பார்க்கப்படும் வினோதமான ஒரு உறவுமுறை; பாசம், கோபம், ஏமாற்றம், பயம், விரோதம், பகை, பழிவாங்கல், தியாகம் என்று எத்தனையோ விதங்களில் வாழ்க்கையை அலைக்கழிக்கும் வினோதமான பந்தம் அல்லவா இது.

★★★

மகன் மீது சில அப்பாக்களுக்கு அளவுகடந்த பாசம்தான். அன்புதான். ஆனாலும், ஏனோ அவர்களால் அவற்றை வெளிப்படையாக சொல்லமுடிவதில்லை. படபடவென்று திட்டவே கண்டிக்கவே வருகிறது. அவன் சாப்பிடாமலோ பேசாமலோ இருந்துவிட்டால் வருத்தமாக இருக்கிறது. அவன் உறங்கிய பிறகு போய் தலையை தடவுவார்கள். அவனை மெல்லிய குரலில் கொஞ்சுவார்கள்.

அவனுக்கு இல்லாமல் வேறு யாருக்கு? அவன்தான் அவர் களுக்கு எல்லாம் என்று அவர்களுக்குத் தெரிகிறது. ஆனாலும் ஏனோ அவனிடம் தாய் இயல்பாகப் பேசுவது போல அவர்களால் பேச முடிவதில்லை. ஏன் இந்த இடைவெளி?

அப்பா மகன் உறவு கொஞ்சம் சிக்கல்தான். ஈகோ. எது? யார் சரி? சொல்ல முடியாது. யாருக்கு முக்கியத்துவம் என்கிற போட்டியா இது?

இந்த உறவு மட்டும் ஏன் இப்படி இருக்கிறது என்று ஆராயவும் இதனை எப்படியாவது சரிசெய்துவிட முடியாதா என்கிற ஆதங்கத்திலும் எழுதப்பட்டதுதான் இந்தப் புத்தகம்.

வாசியுங்கள். அப்பா மகனாக மட்டுமல்ல, நீங்கள் யாராக இருந்தாலும். இந்த உறவு தழைக்கப் புரிதல் அவசியம்.

அபிராமபுரம்
16.12.2011

சோம வள்ளியப்பன்
writersomavalliappan@gmail.com

1. புதிய களம்

அப்பா.

இந்த மூன்று எழுத்துச் சொல்லைக் கேட்டாலே சிலருடைய முகம் மலரும். மனத்தில் சந்தோஷம் பரவும். தனது அப்பாவைப் பற்றிப் பெருமையுடன் சொல்ல ஆரம்பிப்பார்கள்.

'நான் தேர்வு செய்த படிப்பு, நான் வேலைக்குச் சேர்ந்த நிறுவனம், நான் வாங்கிய வீடு என்று என்னுடைய எல்லாவற்றிலும் எல்லா முக்கியமான முடிவுகளிலும் என் அப்பா இருந்திருக்கிறார். அவ்வளவு ஏன், எனது உடைத் தேர்வில்கூட அப்பா என் ரசனையைத் தெளிவாக அறிந்து வைத்திருக்கிறார். அவரில்லாமல் நான் இல்லவே இல்லை. என் மனத்துக்குப் பிடித்தவளைப் பற்றிக்கூட அவரிடம் சொல்லியிருக்கிறேன். அவர் ஆலோசனை கேட்டே நடந்திருக்கிறேன். எவ்வளவு தூரத்தில் இருந்தாலும் அவருடன் பேசாமல் மட்டும் என்னால் இருக்கவே முடியாது. அவராலும் முடியாது. எனக்கு என்ன சங்கடங்கள், பிரச்சினைகள் இருந்தாலும் அவருடன் பேசினால் போதும். மனது லேசாகிவிடும். எதையும், 'பரவாயில்லை. விடுடா பார்த்துக்கொள்ளலாம்' என்று தைரியம் சொல்வார். 'என் பலங்களையும், என்னுடைய முந்தைய சாதனைகளையும் நினைவுபடுத்துவார். அவரிடம் சிறிது நேரம் பேசினால் போதும் மனது மீண்டும் தெம்பாகிவிடும்.'

அப்பா -

இதே வார்த்தையைக் கேட்டவுடன் வேறு சிலரது நிலையோ மேலே உள்ளதற்கு நேர்மாறாக இருக்கும். அப்பா என்கிற வார்த்தைப் பிரயோகமே அவர்களிடம் எரிச்சலை உருவாக்கும். அந்த நினைப்பே வெறுப்பை, கோபத்தைக் கொடுக்கும்.

‘அப்பா என்பவரும் எங்கள் வீட்டில் இருக்கிறார் என்றுதான் சொல்லவேண்டும். என்னைப் பற்றி அவருக்கு எதுவும் தெரியாது. நான் என்ன படிக்கிறேன், எப்படிப் படிக்கிறேன், எனக்கு என்னென்ன பிடிக்கும், என் பிறந்தநாள் எப்போது - எதைப் பற்றியும் அவருக்கு அக்கறை கிடையாது. அவர் வேலையில் மட்டும்தான் கவனம் செலுத்துவார். சுயநலம் பிடித்தவர். நானே வலியச் சென்று புன்னகை செய்து, அன்பாக இரண்டு வார்த்தைகள் பேசினால்கூட முகம் கொடுத்துப் பேசாதவர் அவர். நான் அவரைப் பற்றி எதற்காகக் கவலைப்பட வேண்டும். எனக்கு என் அம்மா போதும்.’

ஒன்றுக்கொன்று முற்றிலும் முரணான இரண்டு பார்வைகள், கருத்துகள்.

‘தனக்குத் தெரியாதவற்றை என்னிடம் கேட்டுத் தெரிந்துகொள்வார். கூச்சமே படமாட்டார். அவரது வருத்தங்களையும் என்னிடம் வெளிப்படையாகப் பகிர்ந்துகொள்வார். அவர் எனக்கு அப்பா மட்டுமில்லை. என்னை முற்றிலும் புரிந்துகொண்ட தோழன்கூட.’

‘நான் இன்றைக்கு இப்படி ஓர் அவலமான நிலையில் இருப்பதற்கு என் அப்பாதான் காரணம். ஒரு மனிதராகக்கூட அவரை என்னால் எப்போதும் பார்க்க முடியாது. எனக்காக அவர் எதையும் செய்ததில்லை, தீமைகளைத் தவிர. என் அப்பா என்று அவரைச் சொல்வதற்குக்கூட எனக்குக் கூச்சமாக இருக்கிறது.’

‘இன்றைக்கு நான் மேன்மையான வாழ்க்கை வாழ்வதற்குக் காரணம் என் அப்பா செய்த தியாகங்களே.’

‘இன்று நான் படும் கஷ்டங்களுக்குக் காரணமெல்லாம் என் அப்பா செய்த தவறுகள்தான். என் வாழ்க்கையைக் கெடுத்துவிட்டார் அவர்.’

‘அப்பாதான் என் ரோல் மாடல். அவரை முன்மாதிரியாக வைத்துதான் நான் முன்னேறினேன்.’

'என் அப்பாவால் எனக்கு எந்த பலனும் கிடையாது. சொல்லப்போனால் அவரை விட்டு விலகி வந்ததால்தான் முன்னேறியிருக்கிறேன்'.

'எங்கப்பாதான் பெஸ்ட்!'

'அவர் சுத்த வேஸ்ட்.'

★

அதெப்படி அப்பா என்பவர் சிலருக்கு விடிவெள்ளியாகவும் வேறு சிலருக்குக் கடும் தொல்லையாகவும் இருக்கமுடியும்? அப்பா என்கிற ஒரு உறவே வெவ்வேறானவர்களுக்கு இப்படி இத்தனை வேறுபாடுகளுடன் இருக்க முடியுமா? இது சாத்தியமா என்ன?

அதற்கும் முன்னால் வேறு ஒரு கேள்வி.

அப்பாக்கள் பற்றி இப்படியெல்லாம் வெவ்வேறுவிதங்களாகச் சொல்வது யார்? பிள்ளை என்றால், மகனா அல்லது மகளா?

அப்பா நல்லவர் என்று சொல்லுவது வேண்டுமானால் மகளாக இருக்க முடியும். பொதுவாக அப்பாவைப் பற்றி மகள்கள் இவ்வளவு வெளிப்படையாக, வெறுப்பாகச் சொல்லமாட்டார்கள். அதற்குக் காரணம் இல்லாமல் இல்லை.

காலங்காலமாக நாம் கேள்விப்படுவதுதான். அப்பாவுக்கு எப்போதுமே மகள்களிடம் கொஞ்சம் கூடுதல் பிரியம் இருக்கும் என்றும் அம்மாவிற்கு மகன்கள் மேல் பாசம் அதிகம் என்றும் சொல்வார்கள். இந்தக் கூற்று உண்மைதான். அப்படியிருப்பதற்கு இயற்கைக் கூறு (பயலாஜிகல்) காரணங்கள் உண்டு.

அதற்காக எல்லா அப்பாக்களும் அப்படி என்று சொல்லிவிட முடியுமா? மகன்களிடம் கூடுதல் பாசம் காட்டும், மகனிடம் முழு அக்கறையுடன் இருக்கும் அப்பாக்கள் இல்லையா என்ன?

தாய் மட்டுமில்லை, தந்தையில்லாமலும் எவரும் தனியே பிறப்பதில்லை. மிகச் சிலருக்கு வேண்டுமானால் சில காரணங்களுக்காக அவர்களுடைய தந்தை யார் என்று தெரியாமல் இருக்கலாம்.

லட்சத்தில், கோடியில் ஒருவர், டெஸ்ட் ட்யூப் குழந்தையாக உருவாகியிருக்கலாம் அல்லது சிறுவயதிலேயே தந்தையை

இழந்திருக்கலாம். மற்றபடி எல்லோருக்கும் அப்பா உண்டுதானே. ஆனால் ஏனோ அதைப் பற்றி எவரும் அதிகம் பேசுவதில்லை. அம்மா சிரமப்பட்டு பெறுகிறார்தான். ஆனால் அப்பாவும் சேர்ந்துதானே வளர்க்கிறார்.

ஆனால், தாய்க்கு மட்டும் ஏன் கூடுதல் முக்கியத்துவம்? தந்தை எதுவுமே செய்வதில்லையா? தாய்மீது மட்டும்தான் பிள்ளைகள் பாசமாக இருக்கிறார்களா? தந்தைமீது அவர்களுக்குப் பாசம் கிடையாதா? பாசம் என்றாலே அது தாய்ப்பாசம்தானா? தந்தைப் பாசம் என்பது இரண்டாம் பட்சம்தானா? அப்பா மீது அன்பாக இருக்கும் பிள்ளைகள் உலகில் இல்லையா? அம்மாக்கள் மட்டுமே நல்லவர்களா? அப்பாக்களில் நல்லவர்களில்லையா? பிள்ளைக்காகத் தன் சுகங்களைத் தியாகம் செய்யும் அப்பாக்கள் கிடையாதா? அப்பாவால் சிறப்பாக வளர்க்கப்பட்டவர்கள் ஊரில் கிடையாதா என்ன?

நல்ல அப்பாக்கள் உண்டுதான். ஆனால் அவர்களின் எண்ணிக்கை நல்ல அம்மாக்களின் எண்ணிக்கையைவிடக் குறைவோ! அம்மா - மகனுக்கிடையில் ஏற்படும் பிணக்குகளைக் காட்டிலும், அப்பா - மகனுக்கிடையில் ஏற்படுவது அதிகமோ? அப்படி என்றால் அது ஆராயப்பட வேண்டுமல்லவா!

★

அம்மா மகன் பாசம் என்பது யதார்த்தம், இயற்கை. அப்பா மகள் பிரியமும் கூடுதல் பாசமும் அதே வகையைச் சேர்ந்ததுதான். அதிலும் ஒன்றும் அதிசயமில்லை. அம்மா - மகள் உறவில் பொதுவாக அதிகம் பிரச்சினைகள் இருப்பதில்லை. மீதமிருப்பது ஒன்றுதான். அது அப்பாவுக்கும் மகனுக்கும் உள்ள உறவு. சிக்கல்கள் அதிகம் கொண்டதாக கருதப்படும் உறவு. கூடுதலாக ஆராயப்பட வேண்டியது, புரிந்துகொள்ளப்பட வேண்டியது, அப்பா - மகன் உறவைப் பற்றித்தான். அதன் தேவை, அதன் வலிமை, அதை உருவாக்குபவை, அதில் வரும் சிக்கல்கள், அவற்றையும் மீறி சிறப்பாக இருப்பவர்கள், அதில் வீழ்ந்து தோல்வி காண்பவர்கள் என்று எல்லாவற்றையுமே பார்க்கத்தான் வேண்டும்.

அப்பா மகன் என்றால் சரித்திரத்தில் பொதுவாழ்வில் நிறைய உதாரணங்கள் இருக்கின்றன. அற்புதமாகப் பல ஆண்டுகள் அரசாட்சி செய்துவிட்டு, பின் தன் மகனிடம் பொறுப்பை ஒப்படைத்த ராஜ ராஜ சோழன், அவர் மகன் ராஜேந்திர சோழன் முதல், தந்தை ஷாஜகானைச் சிறைவைத்த ஔரங்கசீப் போன்ற மகன்கள் வரை எல்லாவற்றுக்குமே வரலாற்றில் உதாரணங்கள் உண்டு.

என் மகனுடைய நோயை நான் எடுத்துக்கொள்கிறேன் என்று ஹுமாயூனின் உடல்நலக் குறைவைத் தான் வாங்கிக் கொண்ட அன்பான பாபர் போன்ற அப்பாக்களும் உண்டு. தன் மகன் என்றும் பாராமல் நீதிக்காகத் தன் மகனையே தேர்க்காலில் நசுக்கிக் கொல்ல முயன்ற மனுநீதி சோழன் போன்றவர்களும் உண்டு.

திருபாய் அம்பானிபோல தானே உழைத்து முன்னேறி, தானே மாபெரும் சாம்ராஜ்யத்தை உருவாக்கி, பின் அதைத் தங்கத் தாம்பாளத்தில் வைத்து, ‘இதோ, வைத்துக்கொள்ளுங்களப்பா’ என்று மகன்களிடம் ஒப்படைத்துச் செல்லும் அப்பாக்களும் உண்டு. மகன் என்றால், ‘அதற்கென்ன’ என்பதுபோல நடந்துகொண்ட மோகன்தாஸ் காந்தி போன்றவர்களும், என் சொத்தில் உனக்கு ஓரளவு போதுமென்று விட்டுவிட்டு, தான் சம்பாதித்த பெருஞ்செல்வத்தை தர்மத்திற்கு எழுதிவைத்துச் சென்ற தலைமுறை புண்ணியவான்களும் உண்டு.

ஜார்ஜ் புஷ் - ஜார்ஜ். டபிள்யு புஷ், ப்ருதிவி ராஜ்கபூர் - ராஜ்கபூர், லாலா அமர்நாத் - மொகிந்தர் அமர்நாத், கலைஞர் -அவர் மகன்கள், மூப்பனார் - ஜி.கே-வாசன், சிவாஜிகணேசன் - பிரபு, சிவகுமார் - சூர்யா & கார்த்தி, சந்திரசேகர் - விஜய் என்று எவ்வளவோ பிரபலமான அப்பா மகன்களும் பொதுவாழ்வில் உண்டு. ஆனால், பிரபல அப்பா - மகன்கள் எப்படியிருந்தார்கள் என்பதைத் தெரிந்து கொள்வதற்காக எழுதப்படும் புத்தகம் அல்ல இது. ஏன், எப்படி, எதனால் என்று அப்பா மகன் உறவைப் புரிந்துகொள்வதற்காக எழுதப்படுவது. அதனால், பெரும்பாலும் சராசரி மனிதர்களின் வாழ்க்கையில் இருந்து எடுத்து எழுதப்படும் அப்பா - மகன் பற்றிய தகவல்களும் அலசல்களுமே இந்தப் புத்தகத்தில் இடம்பெறப்போகின்றன.

அப்பா - மகன் உறவு என்பது மாமியார் - மருமகள் உறவைப் போல அத்தனை சிக்கல் கொண்டதல்ல. பல அப்பா - மகன்கள்

மிகவும் அன்பாகவும் நெருக்கத்துடனும் வாழ்கிறார்கள். ஒருவரை ஒருவர் முழுவதும் ஏற்றுக்கொண்டு, புரிந்துணர்வோடு மகிழ்ச்சியாக இருக்கிறார்கள். நல்லது. சந்தோஷம். வாழ்க! அவர்கள் அல்ல நமது கவலை. அவர்கள் மீதல்ல நமது அக்கறை.

தான் பெற்ற பிள்ளைதான் என்றாலும் அவன் மீது கடுகடு வென்றிருக்கிற கெடுபிடியான அப்பாக்கள். எவ்வளவோ செய்த வராயினும் அவர்மீது வருத்தத்துடனும் வெறுப்போடும் வாழ்கிற மகன்கள். இவர்களே நமது விவாதங்களின் கருப்பொருள். அவர்களைப் பற்றியே பார்க்க இருக்கிறோம்.

என்ன இது, சிரமம்தரும், அக்கறையில்லாத, கொடுமை செய்த அப்பாக்களைப் பற்றியே அதிகம் விவரிக்கப்படுகிறதே என்று தோன்றலாம். காரணம், மேலே குறிப்பிட்டதுதான்.

நாம் பார்க்க இருக்கிற மகன் என்பவர் ஒருவர் அல்ல. அந்த மகன் எல்லா வயதுகளிலும் இருப்பவர். தவழ்கிறவனாக, மழலை பேசுபவனாக இருக்கிற வயது முதல், கால்சட்டை போட்ட சிறுவன், கல்லூரியில் படிக்கும் இளைஞன், காதலித்துக்கொண்டிருக்கும் விடலை, வேலை தேடும் வாலிபன், புது மனைவியின் மோகத்தில் இருக்கும் 'வீட்டோடு மாப்பிள்ளை', தன் மகனுக்கே திருமணம் செய்துவைக்க இருக்கும் நடுத்தர வயதுக்காரர், ஓய்வு பெறும் வயதில் இருப்பவர், தனது மணிவிழாவில் கழுத்தில் மாலையுடன் சுற்றிலும் பேரன் பேத்திகளுடன் நாயகனாக அமர்ந்திருப்பவர் என்று பல பருவங்களிலும் இருப்பவர்கள்.

மொத்தத்தில் விவரம் தெரிய ஆரம்பித்ததில் இருந்து, அவர்களுக்கு அறுபது வயதாகிறவரை கூட இல்லை, அதற்கும் மேலும், அதாவது அவருடைய அப்பா இருக்கிறவரை இருக்கிற பல வயது மகன்கள். வயது என்ன ஆனால் என்ன. மகன் என்றைக்கும் அவருடைய தந்தைக்கு மகனே. அதனால் மகன் என்பவர் எல்லா வயதுகளிலும் இருப்பவர்.

பார்க்க இருக்கிற, விவாதிக்கப்படயிருக்கிற அப்பா என்பவரும் அப்படியேதான். இருபது வயதுகளில் இருக்கிற அப்பா முதல் தள்ளாடும் வயதில் இருக்கும் அப்பா வரை. ஏழை - பணக்காரன், படித்தவர் - படிக்காதவர் உயர்பதவி வகிப்பவர் தினக்கூலிக்காரர்

என்கிற எந்த வேறுபாடுகளும் கிடையாது. வரும் பக்கங்களில் எல்லா அப்பாக்களும் வருவார்கள். பேசுவார்கள்.

படிக்கிறபோது, சில வரிகள் படிப்பவர்களுக்காகவே எழுதப்பட்டது போல, அவர்கள் எப்போதோ எங்கோ சொல்லிய அல்லது கேட்ட சொற்கள்போல இருக்கலாம். வேறு சில, அவர்களுக்குப் புதியதாகவோ, இப்படியெல்லாம் கூடவா என்று அதிசயமாகவோ, அல்லது ஏற்றுக்கொள்ளவே முடியாததாகவோ தெரியலாம். காரணம் எல்லா அப்பாக்களும் எல்லா மகன்களும் ஒரே மாதிரியானவர்கள் அல்ல. அவர்களுடைய வயது, வசதிகள், கலாச்சாரம், குடும்பநிலை போன்றவற்றால் அவர்களது நிலைகள், பிரச்சினைகள், அணுகுமுறைகள் வேறுபடும்.

நாம் எல்லோரைப் பற்றியும் மொத்தமாகப் பார்க்க இருக்கிறோம். அதனால், எவருக்கு எது பொருந்துமோ அதை எடுத்துக் கொள்ளலாம். அதே சமயம், ஒருவருக்கு இன்றைக்குப் பொருந்தாதது வருங்காலத்தில் பொருந்தலாம் என்பதையும் நினைவில் வைத்துக் கொள்ளலாம்.

2. வினோதமான உறவு இது

பல குடும்பங்களில் அப்பாவுக்கும் மகனுக்கும் அவ்வளவு நெருக்கம் இருக்காது. அம்மாவிடம் சகஜமாகப் பேசுகிற அளவு அப்பாவிடம் பேசாத பிள்ளைகள் நிறையவே உண்டு. அதற்குக் காரணம் அப்பாவாகவும் இருக்கலாம். மகனாகவும் இருக்கலாம்.

அது ஏனோ அம்மாவிடம் அனுசரித்துப்போகும் பிள்ளைகளால் அப்பாவிடம் அப்படிச் செய்ய முடிவதில்லை. அம்மா அதிகம் திட்டினாலும் அவளிடம் மீண்டும் சகஜமாகப் பேசமுடிகிற மகனால், அப்பாவிடம் பேசமுடிவதில்லை. இருவருக்குள்ளும் சமயங்களில் சாதாரண விஷயங்களில்கூட, பேச்சு தடிக்கிறது. விரிசல் ஏற்படுகிறது. அதுவே இடைவெளியாக விரிந்து சமயங்களில் தகராறாக முடிகிறது. அப்பாவை அடித்த மகன்களை எனக்குத் தெரியும்.

அம்மாவுடன் சண்டையா? அம்மா முகம் திருப்பிக் கொண்டாளா?

பரவாயில்லை. நம்ம அம்மாதானே. செல்லம் கொஞ்சிப் பேசிப்பார்க்கலாம் என்று மகனுக்குத் தோன்றும். ஆனால் அப்பாவுடன் சிறு உரசல் என்றால்கூட, மீண்டும் அவரைத் தேடிச் சென்று பேச விடாமல் அனிச்சையாக ஈகோ உருவாகும். அப்பாவுடைய எதேச்சையான பேச்சைக் கூட மறுப்பாக எடுத்துக்கொண்டு ரோஷப்பட்டு முறுக்கிக்கொள்ளத்தான் தோன்றும். தகராறும் விரிசலும்

வளரும். அப்பாவை மட்டும் ஏதோ மூன்றாவது மனிதர் போல, வெளி ஆள் போலப் பார்ப்பது மகன்களின் வழக்கம்.

'என்னால அவர்கிட்ட கேட்கவெல்லாம் முடியாதும்மா. நீ வேணா கேட்டு வாங்கித்தா.'

'என்னடா இப்படிப் பேசுற. அவர் உங்கப்பாதானேடா. நீயே அவர்கிட்ட கேட்குறதுக்கு என்ன?'

'வேண்டாம். உன்னால முடிஞ்சா கேட்டுச் சொல்லு. இல்லாட்டி விட்டுடு.'

அப்பாவிடம் என்ன காரணத்தாலோ தாழ்ந்து கேட்கப் பிடிப்பதில்லை. அப்பாவும் மகனும் என்றால், இரண்டு ஆண்கள். ஆண்கள் என்றாலே உடன் வரும் இயல்புகள். சரியோ தவறோ எல்லோருக்கும் ஈகோ உண்டு. தோளுக்கு உயர்ந்தால் தோழன் என்கிற பழமொழிகூட அதைப்பற்றித்தானே எச்சரிக்கை செய்கிறது!

மாதவன் என்பவர் முன்பு நான் பணி செய்த நிறுவனத்தில் செயலாளராக இருந்தவர். அவருடைய தந்தைக்கு வயது 84க்கும் மேல். சமஸ்கிருதத்தில் பெரிய பண்டிதர். மாதவன் எட்டு வயது சிறுவனாக இருந்தபோது, அவருடைய அப்பாவிடம் தனக்கு புதுச்செருப்பு வாங்கித் தரும்படி கேட்டிருக்கிறார். அப்பா ஏனோ, வாங்கித் தரவில்லை.

மாதவனுக்குக் கோபம். யாரிடமும் சொல்லாமல் அப்போது அவர்கள் குடி இருந்த மாயவரம் வீட்டிலிருந்து கிளம்பிவிட்டார்.

பேருந்து வசதிகள் இல்லாத காலம். ஆற்றில் சற்று தூரம் நீந்தி பின் குறுக்கு வழியில் போய் படகு ஏறி அடுத்த பெரிய ஊரான கும்பகோணத்திற்குச் சென்று, அங்கே ஒரு பாடசாலையில் சேர முற்பட்டிருக்கிறார். அப்போது தற்செயலாக அங்குவந்த அவருடைய உறவினர்கள் மாதவனைப் பார்த்து, பேசி வீட்டிற்கு அழைத்துப் போயிருக்கிறார்கள். எட்டு வயதில் அதுவும் ஒரு சாதாரண செருப்புக்காக, அந்தக் காலத்திலேயே!

ஆயக்குடி ராமகிருஷ்ணன். அமர்சேவா சங்கம் வைத்து நூற்றுக் கணக்கான மாற்றுத் திறனாளிகளுக்கு உதவி செய்துவரும் ஒரு நல்ல மனிதர். ஒரு விபத்தில் அவருக்கு தலைமட்டுமே அசைக்கக்

கூடியதாகவும் பிற உறுப்புகள் இயங்காதபடியாகவும் ஆகிவிட்டன. அவருடைய இளம்பிராயத்தில் வீட்டில் அவர் காப்பி கேட்டபோது கொடுக்கவில்லையாம். அதனால் அவர் அதன் பிறகு காப்பி, டீ சாப்பிடுவதையே விட்டுவிட்டாராம். தன்மான உணர்ச்சியின் வீரியத்தைப் பார்த்தீர்களா!

வண்ணநிலவன் எழுதிய 'கரையும் உருவங்கள்' என்ற சிறுகதையில் வரும் அந்த இளைஞனைப் பலராலும் மறக்கவே முடியாது.

வேலை கிடைக்காத, சம்பாதிக்காத மகன்கள், அவர்களுடைய சொந்த வீட்டிலேயே, ஒரு அந்நியனைப் போல, கூனிக்குறுகி வாழும் மனநிலையைத் தத்ரூபமாக படம் பிடித்துக் காட்டும் சிறுகதை அது.

பகலெல்லாம் வேலை தேடுவான் அவன். கிடைக்காது. வீட்டில் உள்ளவர்கள் முகங்களில், குறிப்பாக அவன் அப்பாவின் முகத்தில் விழிக்க வெட்கப்பட்டுக்கொண்டு, இரவு நேரமான பிறகுதான் வீட்டிற்கு வருவான். கதவைத் தட்டக் கூட அவன் கைகள் கூசும். ஆனால், அதற்குத் தேவையிருக்காது. அவன்மேல் கரிசனமாக இருக்கும் அவனுடைய அக்கா, அவன் வரும்வரை தானும் தூங்காமல் காத்திருப்பாள். வாசலில் அவன் காலடிச் சத்தம் கேட்டதும் மெல்ல தாழ்ப்பாளை நீக்கி, கதவைத் திறந்துவிடுவாள்.

சொந்த வீட்டிலேயே அந்நியமாக உணரும் மகன்கள். அப்படி உணரவைப்பது யார்? மகன் சாப்பிடுவதைப் பார்த்தால், 'இதுக்கு மட்டும் குறைச்சலில்லை' என்பதுபோலப் பார்க்கும் அப்பாக்கள் ஒரு சிலர். அதை வெளிப்படையாகவே சொல்லும் தந்தைமார்கள் வேறு சிலர். இவற்றையெல்லாம் தாண்டி, 'தண்டச்சோறு' என்று பட்டவர்த்தனமாக பலர் முன்னிலையில் திட்டிக் கேவலப்படுத்தும் பெற்றவர்கள் சிலர்.

இளம் வயதிலேயே அவ்வளவு ரோஷம். ஆண்பிள்ளைகளுக்குக் கொஞ்சம் கூடுதலாகவே இருக்கிறது. எதற்காகச் சொந்த வீட்டிலேயே அதுவும் பெற்றோர்களிடமே கையேந்தி உணவு உண்ண வேண்டும் என்று முளைத்து விஸ்வரூபம் எடுக்கும் ஈகோ. வீட்டை விட்டு வெளியேற வைக்கிறது. வயதுக்கு வந்த பெண்பிள்ளைகளில் சிலர் காதலுக்காக வீட்டை விட்டு வெளியேறுவார்கள். ஆனால் ஆண்

மக்கள்தான் சின்னப் பையன்களாக இருக்கும்போதே, சில வார்த்தைகளின் பாரம் தாங்காமல், கொஞ்சம்கூட யோசிக்காமல் சொல்லிக்கொள்ளாமல் கிளம்பிவிடுவார்கள்.

சுப்ரமணியம் அந்தக் காலத்திலேயே மிகப்பெரும் பணக்காரர். அவருடைய மனைவியும் பணக்காரக் குடும்பத்தில் இருந்து வந்தவர்கள். அவர்கள் ஒருமுறை என்னிடம் சொன்னது இது. வீட்டில் சாப்பிடுகிறபோது நாங்கள் அக்காள் தங்கைகள், சூடாக வரும் இட்லிக்காகக் காத்திருந்தால் எங்கள் அம்மா எங்களைக் கோபிப்பார். 'பொம்பளைப் பிள்ளைகள், வேற வீட்டிற்குப் போக வேண்டியவர்கள். அங்க எப்படியிருக்குமோ? நீங்க ஆறின இட்லி சாப்பிட்டுப் பழக வேண்டும்' என்பார்.

'பெண் பிள்ளைகள் குறைவாகச் சாப்பிடவேண்டும், மற்றவர்கள் சாப்பிட்டு முடிக்க எந்நேரமானாலும் காத்திருக்கவேண்டும். கடைசியாக மீதமிருப்பதைத்தான் சாப்பிட வேண்டும்' என்றெல்லாம் தொடர்ந்து சொல்லப்பட்டதால் பெண் பிள்ளைகள் வேறுவிதமாகவும் ஆண் பிள்ளைகள் வேறுவிதமான சிந்தனைகள் கொண்டவர்களாகவும் வளர்க்கப்பட்டார்கள். ஆண் எனும்போது இயல்பாகவே நரம்பு முறுக்கோடு இருக்கும் போலிருக்கிறது.

அப்படிப் பார்த்தால், அதே ஆண், மகனாக, அவனுடைய அம்மாவிடமும் அதேபோல முறுக்காகத்தானே நடந்துகொள்ள வேண்டும்? ஏன் அங்கே மட்டும் ரோஷமில்லை? அம்மா பிள்ளைக்கு இடையே எதனால் அவ்வளவு தீவிரமான பிரச்சினைகள் வருவதில்லை?

அங்கேயும் மகன் அப்படியேதான் நடந்துகொள்வான். அவன் நடவடிக்கையில் எந்த மாற்றமும் இருக்காது. அவன் அவனேதான். மாற்றம் அம்மாவின் அணுகுமுறையில் இருக்கிறது. அப்பாவைப் போல அம்மாவும் மகனிடம் முறுக்கிக்கொண்டு நிற்பதில்லை.

பிள்ளைகளிடம் தாழ்ந்துபோவதிலும் கெஞ்சுவதிலும் அம்மாக் களுக்கு ஈகோ பிரச்சினையே எப்போதும் கிடையாது. அதனால் அங்கே மகனின் ரோஷமும் காணாமல் போய்விடுகிறது. அதுசரி, மகனுக்கு ரோஷம் வருகிற அளவு அப்பா ஏன் நடந்துகொள்கிறார்?

யோசிக்க வேண்டிய விஷயம்தான் இல்லையா? சூரியநாராயணன்

தற்சமயம் ஒரு பன்னாட்டு நிறுவனத்தில் உயர்ந்த பதவியில் நல்ல வேலையில் இருக்கிறார். மாதச் சம்பளம் ரூ. மூன்று லட்சத்திற்கும் மேல். ஆனால் அவர் தன் அப்பாவுடன் பேசுவதே இல்லை. அப்பாவுடன் பேசுவதை நிறுத்தி சுமார் மூன்று ஆண்டுகள் இருக்கும். காரணம், சூரியநாராயணன் படித்து முடித்ததும் அவருக்கு உடனே வேலை கிடைக்கவில்லை. அவர்கள் குடும்பம் அப்போது வசித்து வந்தது ஒரு சிறிய ஊர் என்கிற காரணத்தால், சூரியநாராயணனுக்குத் தேவையான தொடர்புகளோ வேலைகள் பற்றிய விவரங்களோ கிடைக்கவில்லை.

அவருடைய அப்பாவுக்கு தன்னுடைய நேர்மை குறித்து அதிகப் பெருமிதம் உண்டு. அதனால் அவர் மகனுக்கு எந்தவித உதவியும் செய்யவில்லை. "யாரிடமும் போய் நான் உனக்காக மட்டுமில்லை எனக்காகக்கூட எதுவும் கேட்க மாட்டேன்" என்பார். ஆனால், படிப்பு முடித்த மகன் வேலைக்குப் போகாதது அவருக்கு எரிச்சலாகவே இருந்தது. தினம்தினம் அவனை வார்த்தைகளாலேயே சுடுவார். அவர் வீட்டில் இருக்கும்போது அவனால் சாதாரணமாக நடமாடக்கூட முடியாது.

வேண்டாத பெண்டாட்டிபோல, மகன் ஆனான். அவன் எது செய்தாலும் தவறு. செய்யாவிட்டாலும் தவறு. 'அறிவில்லை, திறமையில்லை, பொறுப்பில்லை, சோம்பேறி, உருப்படப்போவதில்லை. நான் ஒருவனே உழைத்துக்கொட்ட வேண்டியிருக்கிறது.

பிள்ளையைப் பெற்றும் பிரயோஜனமில்லை. இன்னதுதான் என்றில்லை. இந்த ரீதியில் அவனைக் கரித்துக்கொட்டுவார்.

வெறுத்தேபோனான் சூரியநாராயணன். பொறியியல் பட்டப்படிப்பு படித்திருந்த அவன், அவருடைய கொடுமை தாங்காமல், உள்ளூர் வங்கி ஒன்றில் கம்ப்யூட்டர் ஆபரேட்டராக தினம் 50 ரூபாய் சம்பளத்துக்குப் போக ஆரம்பித்தான். அங்கே அவனுக்கு மரியாதையும் நல்ல விவரமறிந்த உதவக்கூடியவர்களின் தொடர்பும் கிடைத்தன. வங்கியின் முகவரியையே தனது தொடர்பு முகவரியாகக் கொடுத்து விண்ணப்பங்கள் அனுப்பி வேலையும் பெற்றான். வீட்டிற்குச் செய்தி தெரியாது.

சென்னையில் ஒரு பெரிய பன்னாட்டு நிறுவனத்தில் தந்தை வாங்கிக்

கொண்டிருந்ததைப்போல இரண்டு மடங்கு சம்பளத்துடன் நல்ல வேலை. அம்மாவிடம் மட்டும் விவரம் சொன்னான். அம்மா எவ்வளவோ எடுத்துச்சொல்லியும் அப்பாவிடம் அந்த அப்பாயிண்ட் மெண்ட் ஆர்டரை அவன் காட்டவில்லை. நண்பர்களிடம் கடன் வாங்கி, சென்னைக்கு டிக்கெட் எடுத்துக்கொண்டு ரயிலேறி விட்டான். வீடு ஒன்றை வாடகைக்குப் பிடித்தான்.

'அம்மா நீ வந்து இருப்பதென்றால் என்னோடு இரு. நான் இனி ஊருக்கு வரமாட்டேன். அவர் முகத்தில் விழிக்கமாட்டேன்' என்று உறுதியாகச் சொல்லிவிட்டான்.

மனைவிக்கும் மகள்களுக்கும் தான் கடமைப்பட்டிருப்பதாக நினைக்கும் அப்பாக்களுக்கு, மகன் மட்டும் சுமையாகத் தெரிவதேன்? அவனையும் தன்னைச் சார்ந்திருப்பவனாக அவரால் ஏன் பார்க்க முடியவில்லை? குறிப்பிட்ட காலத்திற்குப் பிறகு அவனால் சுயமாகச் சம்பாதிக்க முடியும் என்று காத்திராமல், தாமதமாகும் நேரங்களில் அவனை அவர் ஏன் குற்றவாளி ஆக்குகிறார்? வார்த்தைகளால் சுடுகிறார்?

'ஈன்ற பொழுதினும் பெரிது உவக்கும் தன் மகனை சான்றோன் எனக்கேட்ட தாய்' என்று திருவள்ளுவர்கூட பெற்றவளுக்குத்தான் வக்காலத்து வாங்குகிறார். உவப்பு என்பது மகிழ்ச்சி என்பதைவிட பலமடங்கு வலுவான சொல். அது தந்தைக்கு ஏற்படுவதில்லையா? அதே வள்ளுவர், தந்தை மகற்காற்றும் உதவி - என்று மகனைப் படிக்க வைக்கவேண்டும், பலவற்றிலும் முன்னணியில் இருக்கச் செய்ய வேண்டுமென்று அப்பாவுக்கிருக்கும் கடமையைத்தான் சொல்கிறார். அப்படிப் பார்த்தால், அந்தக் காலத்திலேயேகூட பொதுவாக அப்பாக்கள் மகனைச் சான்றோன் ஆக்கவில்லை. தவறவிட்டிருக்கிறார்கள்போல. அதனால்தான் வள்ளுவர் வலியுறுத்த வேண்டி வந்ததோ!

தன் மகன் சாதிக்கவேண்டுமென்று அப்பாக்கள் நினைப்பார்கள். அதில் வேறுபாடு இல்லை. ஆனால், சில அப்பாக்களுக்கு தான் ஓர் அறிவாளி, வெற்றியாளன், சாதிப்பவன் என்கிற நினைப்பு மற்ற எண்ணங்களைவிட கூடுதலாக மேலோங்கி இருக்கும். மற்றவர்களை விட, தான் கூடுதலாகப் பாராட்டப்பட வேண்டும், அங்கீகரிக்கப்பட வேண்டும் என்றெல்லாம் நினைப்பார்கள்.

அந்த மற்றவர்கள் பட்டியலில் அவர்கள் மகனையும் சேர்த்து விடுகிறார்களே அது ஏன்? தன் மகனின் உயர்வைக் கண்டே பொறாமைப்படுபவர்களை என்னவென்று சொல்வது?

'எப்படிம்மா அவரோட இவ்வளவு நாள் குடித்தனம் செய்தாய்?' இந்தக் கேள்விக்குப் பின்னால் இருப்பது அம்மாவின்மேல் வரும் கரிசனமல்ல. இது அப்பாவைக் கரித்துக் கொட்டுவது. இதில் அம்மா மீதான பரிதாபம் கிடையாது. இது அப்பாவைப் பற்றிய மகனின் மதிப்பீடு. அதன் வெளிப்பாடு. அவ்வளவுதான்.

1990 சமயம். அப்போதுதான் கம்ப்யூட்டர்களும் அது தொடர்பான வேலைகளும் பிரபலமாகிக் கொண்டிருந்தன. பல்வேறு நிறுவனங் களிலும் சிஸ்டம்ஸ் என்று ஒரு துறை இருக்கும். அங்கே வேலை செய்தவர்களுக்கு, புதிதாக ஆரம்பிக்கப்பட்டுக்கொண்டிருந்த ஐ.டி. நிறுவனங்களில் நல்ல கிராக்கி. அதிலும் குறிப்பாக வெளிநாட்டு வேலைகள். அமெரிக்காவில் வேலை. டாலரில் சம்பளம்.

பலரும் விறுவிறுவெனத் தங்கள் வேலைகளை ராஜினாமா செய்தார்கள். பாஸ்போர்ட், விசா வாங்கினார்கள். பறந்தே போனார்கள். திருச்சியில் ஒரு குடும்பம். அவர் பெயர் சேகர். பெல் நிறுவனத்தில் சிஸ்டம்ஸ் துறையில் பணிபுரிந்துகொண்டிருந்தார்.

நல்ல திறமைசாலி. அவருடைய துறையில் இருந்தவர்கள் ஒவ்வொரு வராக வெளிநாட்டிற்குப் போய்க்கொண்டிருந்தார்கள். அப்படிப் போகாதவர்களை, பாவம் இவருக்கு வேலை கிடைக்கவில்லை என்றோ அல்லது இவருக்குத் திறமை இல்லை என்றோ மற்றவர்கள் எண்ணினார்கள். நல்ல திறமை இருந்த சேகரிடம் ஒருமுறை பேசிக் கொண்டிருந்த போது, ஏன் அவர் அமெரிக்காவிற்கு வேலைக்குப் போகவில்லை என்று கேட்டேன்.

'என் அப்பாவுக்கு வயது 76. அப்பாவும் அம்மாவும் என்னுடன்தான் இருக்கிறார்கள். அவர்களை விட்டுவிட்டு நான் அமெரிக்கா போகத் தயாரில்லை. அவர்கள் ஆயுசு வரை கூடவே இருந்து பார்த்துக் கொள்வேன்.'

இப்படி அவர் சொல்லியது 1990-ல். சமீபத்தில் அவருடன் மீண்டும் பேசுகிற வாய்ப்பு எனக்குக் கிடைத்தது. நலம் விசாரித்தேன். இரண்டு ஆண்டுகளுக்கு முன்புதான் அவருடைய தந்தை காலமானார் என்றும்

இவர்தான் இறுதி காரியங்கள் செய்தார் என்றும், சொன்னார். அதுவரை அவர் தன்னுடைய பெற்றோருடன் திருச்சியிலேயே சௌக்கியமாக, அதைவிட முக்கியமாக மனநிறைவுடன் வாழ்ந்திருக்கிறார்.

அவருடன் அதே நிறுவனத்தில் பணிபுரிந்துவிட்டு அமெரிக்கா சென்றவர்களின் இன்றைய சம்பளங்கள் பிற வசதிகளுடன் ஒப்பிட்டால், சேகர் தற்சமயம் பெறுவது ஒன்றுமேயில்லை. ஐ.டி. துறை ராக்கெட் வேகத்தில் கிளம்பியபோது ஏறுவதற்கு எல்லாத் தகுதிகளும் இருந்த மிகச் சொற்ப நபர்களில் ஒருவராக இருந்த சேகர், தன் அப்பாவிற்காக மட்டுமே அமெரிக்கா போகவில்லை. கூடுதல் சம்பளம் பிற வசதிகளை இழந்தார். அதற்காக ஒருநாளும் அவர் வருத்தப்படவே இல்லை.

பெற்றோருக்காகத் தியாகம் செய்யும் பெண் பிள்ளைகளுண்டு.

மகன்கள் குறைவு. சேகர் அப்படிப்பட்ட ஓர் மகன்.

குமரன் என்ற குமரவேலன். அவன் தன் அப்பாவிடம் ‘ஏ ஜோக்குகள்’ கூட சொல்வான். இருவரும் சேர்ந்து சிரிப்பார்கள். அவன் ஒருமுறை நண்பர்களுடன் பைக் எடுத்துக் கொண்டு மகாபலிபுரம் போனான். திரும்பி வருகிறபோது ஓவர் ஸ்பீடுக்காக போலீஸ் பிடித்துவிட்டார்கள்.

லைசென்ஸ், ஆர்.சி. புக், இன்சூரன்ஸ் என்று கேட்கப்போக, சில வண்டிகளில் அவை இல்லை. நேரமாகிக்கொண்டிருந்தது. எந்தப் பையனாலும் உதவிக்கு அவர்களுடைய குடும்பத்தைத் தொடர்புகொள்ள முடியவில்லை. காரணம், எல்லோரும் குடித்திருந்தார்கள். குமரன் உள்பட. ஆனால் குமரனால் மட்டும் அப்பாவிடம் விஷயத்தைச் சொல்ல முடிந்தது. நண்பர்களுடன் சேர்ந்து பார்ட்டியில் ஒயின் சாப்பிட்டேன் என்றான். அவன் அப்பா பெரிய அலுவலகத்தில் பணிபுரிபவர். ஐ.ஐ.எம். அகமதாபாத்தில் எம்.பி.ஏ படித்தவர். வியாபாரத்தை விட்டுவிட்டு உடனே தன் காரில் கிளம்பினார். போலீஸ் ஸ்டேஷன் போனார். பேசினார். எல்லோரையும் அழைத்து வந்துவிட்டார். வரும் வழியில் மகனுடைய நண்பர்களுடன் வேடிக்கையாகப் பேசிக்கொண்டும் வந்தார். வேறு எதுவும் கேட்கவுமில்லை, குமரனைக் கடிந்துகொள்ளவுமில்லை.

வீட்டிற்கு வந்தபின் குமரனிடம் கவனமாக இருக்கும்படி மட்டும்

சொன்னார். அதுவும் ஒரே ஒருமுறைதான். போய்விட்டார். அதற்குப் பிறகு எப்போதும் அவன் குடிக்கிறானா என்று கேட்பதில்லை. குமரனும் குடிப்பதில்லை.

சில அப்பா மகன்கள் அப்படியிருக்க, எதிர்மாறாக இருப்பவர்களும் உண்டு.

சுப்பராயன் ஒரு சிறு தொழிலதிபர். வெற்றிகரமாக இயங்குபவர். கொஞ்சம் எதேச்சாதிகாரி. வேலையிடத்திலும் சரி, வீட்டிலும் சரி, அவர் சொல்படிதான் எல்லோரும் நடந்தே ஆகவேண்டும். அவருடைய மகன், தன்னுடைய பத்தாவது வயதிலேயே அப்பாவை எதிர்த்துவிட்டான். சிறு வாக்குவாதமாக ஆரம்பித்த தகராறு, மகனுடைய முப்பதாவது வயதிலும்கூட சரியாகவில்லை.

இவையெல்லாம் போதாதென்று மகனே, அப்பாமேல் போலீஸ் புகார் கொடுத்தான். அப்பா விடவில்லை. பதிலுக்கு அவரும் ஒரு புகார் கொடுத்தார். விஷயம் நிலுவையில் இருக்கிறது. வீடு இரண்டுபட்டிருக்கிறது.

லோகநாதனுக்கு அவன் அப்பாவைச் சுத்தமாகப் பிடிக்காது. அவன் படித்து முடித்து ஒரு வேலையில் சேரும்வரை வீட்டில் இருந்தான். அதன் பின் வேலை நிமித்தம் வெளியூர் போனவன் அப்பா இருக்கும்போது வீட்டிற்கு வருவதில்லை. அவரிடம் எதைப் பற்றியும் பேசுவதில்லை. அவன் இருக்கும்போது அவர் வந்து விட்டால், எழுந்து வெளியே நண்பர்கள் வீட்டிற்குப் போய்விடுவான்.

இரண்டும் உண்டு. கட்டியணைத்து முத்தம் கொடுத்துக்கொள்பவர்களும் இருக்கிறார்கள். கட்டிப் புரண்டு சண்டை போடுபவர்களும் இருக்கிறார்கள். ஒன்றாகவே வாழ்பவர்களும் உண்டு, முகத்திலேயே விழிப்பதில்லை என்று பிரிந்து போய்விடுபவர்களும் உண்டு.

நெருக்கமும் பாசமும் இயற்கை. புரிகிறது. ஆனால் வன்மம் ஏன்? சண்டை சச்சரவு, அடிதடி, வெறுப்பு, பகை எல்லாம் ஏற்படுவது எப்படி?

நீர் அடித்து நீர் விலகுவது சில அப்பா -மகன்கள் விஷயத்தில் நடப்பது ஏன்? கோழி, இல்லை சேவல் மிதித்துக் குஞ்சுகள் சாவதேன்?

பிள்ளைக்காகத் தவமிருப்பவர்கள். லட்சங்களில் செலவு செய்து வைத்தியம் பார்த்துப் பிள்ளை பெற்றுக்கொள்பவர்கள், பெயர் சொல்ல ஒரு பிள்ளை, கொள்ளிபோட பிள்ளை என்று ஆராதித்து வளர்ப்பவர்கள், பின்பு ஏன் மாறிப்போகிறார்கள்?

அப்பா - மகன். சொந்த ரத்தம். எப்படி ஒருவரை ஒருவர் விரும்பாமல் இருக்க முடியும்? ஆனாலும் சில நேரங்களில் கால கட்டங்களில், பருவங்களில் வரும் குழப்பங்கள், சிலருக்கு ஏற்படும் வருத்தங்கள், தீராத கோபங்கள் ஏன்?

அப்பாவின் சொத்துகளுக்கு வாரிசு. பெயருக்கு முன்னால் அப்பாவின் இனிஷியல். ஆனாலும் அப்பாவுடன் பிணக்கு. இது என்ன அதிசயம்?

மகனைப் பொறுத்தவரை, அப்பா - ஓர் ஆசிரியரா, வழிகாட்டியா? அம்மாவின் கணவரா? வீட்டில் இருக்கும் ஓர் ஆளா?

பணம் கொடுக்க மட்டுமே கடன்பட்டவரா?

எல்லாமே முக்கியமான கேள்விகள். பதில்களைத் தெரிந்துகொள்ள வேண்டுமானால், இந்தப் பிரச்சினைக்குள் சற்று ஆழமாகப் போக வேண்டும். யார் சொல்வது சரி என்று ஒரு முடிவிற்கு வந்தால்தான் என்ன மாற்றங்களை யாரிடம் கொண்டுவரவேண்டும் என்பதைப் பற்றி யோசிக்கமுடியும். யார் சரி என்கிற முடிவிற்கு வருவதற்கு இருவரது நிலைகளும் புரியவேண்டும்.

இது அப்பாக்களுக்கும் மகன்களுக்கும் நடக்கிற ஒரு வழக்கு. அங்கொன்றும் இங்கொன்றுமாக எப்போதோ நடப்பது அல்ல. காலங்காலமாக நடந்து வருகிற வழக்கு. ஆமாம் வழக்குதான்.

வழக்கு என்று வந்துவிட்டால் இரண்டு கட்சிக்காரர்களின் வாதங்களையும் கேட்ட பிறகே, யார் சரி, யார் தவறு என்கிற முடிவிற்கு வரமுடியும். அதனால், இருதரப்பு வாதங்களையும் கேட்கலாம். பிறகு முடிவிற்கு வரலாம். அவரவர் தரப்பு சிரமங்களை வருத்தங்களை, அவரவர்களே, தத்தம் குரல்களில் பதிவு செய்யட்டுமே!.

３. இரண்டு பக்கங்கள்

‘இவரெல்லாம் ஒரு அப்பாவா?’

‘அப்பான்னா முதல்ல அவரது அடிகள்தான் நினைவுக்கு வருது. அடின்னா அப்படி அடிப்பார். எல்லாத்துக்கும் அடிப்பார்.

சாப்பிடலைன்னா அடி, படிக்கலைன்னா அடி. சத்தமா பேசினா, விளையாடிட்டு வந்து கை கால் கழுவலண்ணா, மார்க் குறைஞ்சிட்டா,

சீக்கிரம் எழுந்திருக்கலைன்னா... எல்லாத்துக்கும் அடிதான் சார். என்னை அடிப்பதற்கு என்னைவிட்டே தோட்டத்து மரத்துல குச்சி ஒடிச்சிக்கிட்டு வரச் சொல்வார். எனக்கு முப்பத்து ஐந்து வயசாகுது. இப்பவும் ‘அப்பா’ன்னு நினைச்சா எனக்கு அவரோட அடி தவிர வேறு எதுவுமே நினைவுக்கு வரல்ல.’

‘முட்டி போடச் சொல்வார் சார். இரண்டு மணிநேரம், மூணு மணிநேரமெல்லாம் போடவிட்டிருக்கார்.’

‘கைகளை மேசை மேல திருப்பி வைக்கச் சொல்லிவிட்டு ஸ்கேலால, அதையும் நெடுக்காகப் பிடிச்சிக்கிட்டு பட்டு பட்டுன்னு அடிப்பார். வலிக்குதுன்னு கையை எடுத்திட்டாலோ, தவறி, அடி கையில படாவிட்டாலோ, அவருக்கு ரொம்பக் கோபம் வந்திடும்.

அவ்வளவுதான் அப்புறம் அடி பின்னிவிடுவார் பின்னி.' 'அப்பா ஒரு ஹிட்லர் மாதிரி சார். வீட்ல அவர் வச்சதுதான் சட்டம்.'

'நான்காவது படிக்கும் வரை அப்பாவைக் கண்டால் எனக்கு பயம் மட்டும்தான் சார். அப்பா வாசலில் இருந்தால் நான் கொல்லைப் புறம். அவர் கொல்லைப்புறமிருந்தால் நான் வாசலுக்கு ஓடிவிடுவேன். பத்தாவது படிக்கும் போதெல்லாம் அப்பாமேல் இருந்தது வெறுப்பு மட்டுமே. என்னைப் பொறுத்தவரை அப்போதெல்லாம் அப்பா ஒரு ஹிட்லர் போலதான். அவர் ஒரு வட்டம் போட்டு, அதில் நிற்கச் சொன்னால் அதில் நான் நிற்கவேண்டும். எவ்வளவு நேரமானாலும் சரி. இல்லாவிட்டால் அடிதான்.'

'இவனுக்கு என்ன தெரியும் என்பார். எல்லார் முன்னாலும் இப்படியேதான் பேசுவார். எந்த ஒன்றையும் என்னால் சரியாகச் செய்யமுடியுமென்று அவர் நம்புவதேயில்லை. என்னை விட்டுட்டு அடுத்த வீட்டுப் பையனை, எதிர்வீட்டுப் பையனைக் கூப்பிட்டு, முக்கியமானவற்றை வாங்கிவரச் சொல்வார். பாரம் ஃபில் அப் செய்யச் சொல்வார். நானும் ஏதோ ஒன்றிரண்டு முறை சரியாகச் செய்யாமல் இருந்திருக்கலாம். இல்லையென்று சொல்லவில்லை. ஆனால், அதை அவர் மறப்பதேயில்லை. எப்போதும் குத்திக் காட்டுவார்...'

'அவருக்கு எப்பவுமே எங்கண்ணன்தான் சார் புத்திசாலி. அவன் தான் எல்லம் சரியா செய்வான்னு ஒரு நினைப்பு. என்னைச் செய்ய சொல்வார். நான் செய்துமுடிக்கும் முன்னரே அவனைக் கூப்பிட்டு அவனைச் செய்யச் சொல்வார்.'

வேற வழியில்லாம என்னைப் பண்ணச் சொன்னதையே, அண்ணன் ஆபீஸில் இருந்து வந்ததும் அவனை இன்னொரு வாட்டி செய்யச் சொல்வார். இதுக்கு எதுக்கு என்னைய செய்யச் சொல்லணும்? அதனால், இப்பவெல்லம் அவர் எதையாவது செய்யச் சொன்னாலும் நான் செய்யுறதேயில்லை.'

'கடைக்கு அனுப்புவார் சார். ஒரு பிரட் பேக்கட்டும் ஹார்லிக்ஸும் வாங்கி வரச்சொல்றார்ன்னா, அதை ஒரு சீட்ல எழுதித் தருவார். பத்தாவது படிக்கிற எனக்கு, எவ்வளவு அசிங்கம் பாருங்க.'

‘சரி. நீ அதை பாக்கட்லேயே வைச்சுக்கிட்டு, அதைக் காட்டாமலேயே அவர் சொன்னதை வாங்கி வரலாமில்லியா?’

‘நான் அப்படிச் செய்துவிடக்கூடாது என்பதற்காகவே, அதே சீட்டில அவர் எழுதினதில கடைக்காரர்கிட்ட நான் டிக் பண்ணி வாங்கிவரவேண்டும் என்பார். அவ்வளவு நம்பிக்கை என்மேல! ஒருவாட்டி நானும் அவருமா வீட்டில் இருந்தோம். அண்ணன் ஆபீஸ் போயிட்டான். வயிற்றை லேசா என்னவோ பண்ணுதுன்னார். மாத்திரை எடுத்துவரச் சொன்னார். பெயர் சொன்னார். சரியானதைத் தான் எடுத்துக்கொடுத்தேன். சாப்பிட்டுவிட்டார். கொஞ்ச நேரத்தில் பார்க்கிறேன், அண்ணனுக்கு போன்ல பேசிக்கிட்டு இருக்கார். வயித்தை வலிச்சுதுடா. தம்பியை மாத்திரை கேட்டேன். எதையோ தப்பா எடுத்துக் குடுத்திட்டான் போலருக்கு. நெஞ்சை வலிக்கிறது. நீ சீக்கிரம் வீட்டிற்கு வா என்று சொல்லிக்கொண்டிருக்கிறார். எனக்கு எப்படி இருந்திருக்கும் யோசிச்சுப்பாருங்க!’

‘மட்டம் தட்டிக்கிட்டே இருப்பார் சார். என்னால எதையாவது செய்யமுடியும்ன்னு அவர் நம்பவே மாட்டெங்குறார்.’

‘என்னைப் பார்ப்பதற்கு ஒருமுறை கூட எங்க பள்ளிக்கு அவர் வந்ததில்லை. எத்தனையோ பிள்ளைகளின் அப்பா அம்மா தினம் தினம் வருவார்கள். தினமும் மதியம் சாப்பாடு கொண்டுவந்து கொடுப்பவர்கள்கூட உண்டு.’

‘மழை பெய்தால் பிள்ளைகளை நனையாமல் வீட்டிற்குக் கூட்டிப்போக, பலருடைய அம்மாக்கள் குடை எடுத்துக்கொண்டு வந்து பள்ளிக்கூட வாசலில் காத்திருப்பாங்க சார். எங்க வீட்லயிருந்து யாரும் ஒருநாள்கூட வந்ததே இல்லை. எனக்கு ஏக்கமாக இருக்கும்.’

‘கால்பரீட்சை, அரைபரீட்சை முடிந்து, மார்க் ஷீட் தரும்போது, அம்மா அப்பாவைக் கூட்டிவரணும் என்பார்கள். எல்லாப் பிள்ளைகளின் அம்மா அப்பாக்களும் வருவார்கள். டீச்சரிடம் உட்கார்ந்து அவ்வளவு நேரம் பேசுவார்கள். அந்தப் பையன்கள் அவர்களின் அப்பா அம்மாக்களின் கைகளைப் பிடித்துக்கொண்டு நடந்துபோவதையே ஏக்கத்துடன் பார்த்துக்கொண்டிருந்திருக்கி றேன். என் அப்பா மட்டும் ஒருமுறைகூட அந்த மீட்டிங்கிற்கு வந்ததேயில்லை.’

ஐந்தாவது படிக்கும்போதே என்னை ஹாஸ்டலில் விட்டு விட்டார்கள். ராத்திரியானால் அழுகை அழுகையாக வரும். பார்ப்பதற்குக் கூட அடிக்கடி வரமாட்டார்கள்.'

'நான் என்ன சப்ஜெக்ட் படிக்க வேண்டும் என்று அவர் முடிவு செய்கிறார். என் நல்லதிற்குத்தான் செய்வார். ஆனாலும் எனக்கு அந்த சப்ஜெக்ட் பிடிக்காதே. எனக்குப் பிடித்ததை நான் படிக்கக் கூடாதா? என்னோடு கலந்துபேசி முடிவெடுக்கக் கூடாதா? நான்தானே படித்தாக வேண்டும்? எனக்கு வராததை நான் எப்படிப் படிப்பதாம்? என் ஆசைகள் கனவுகள் என்னாவது?'

'என்னுடன் படிக்கும் அத்தனை பையன்களும் நல்ல செல்போன் வைத்திருக்கிறார்கள். பைக் வைத்திருக்கிறார்கள். நான் அதெல்லாம் கேட்டேனா? அவர்களுடன் பேசிவிட்டு வந்தால் கூட திட்டுகிறார். அதுவும் அவர்கள் முன்பாகவே. அவர்கள் இன்னொரு முறை எங்கள் வீட்டிற்கு வருவார்களா? என்னைப்பற்றி என்ன நினைப்பார்கள். நான் என்ன சின்னப் பையனா?'

'நானாகப் பேசப்போனால் அவருக்கு நேரம் இல்லை. தப்பித் தவறி என்னுடன் பேச ஆரம்பித்தாலும் அவர் அதிகம் பேசமாட்டார். சரி, இல்லை, வேண்டாம். அவ்வளவுதான். சொல்கிறார். அவர் சொன்னதுக்கு பதில் சொன்னால் கோபம் வருகிறது. இன்னமும் அடிக்கிறார். வலிக்கிறது. அதைவிட அசிங்கமாக இருக்கிறது.'

எப்போதாவது என்னைப் பார்த்துவிட்டால் உடனே, 'என்ன படிக்கலையா?' என்கிறார். 'படி படி', 'என்ன மார்க்?' 'எப்ப பரீட்சை?' இவைதான் அவர் என்னிடம் பேசும் பேச்சுகள். வேறு எதைப்பற்றியும் பேசுவதில்லை. தூங்கினால் குற்றம், டி.வி.யில் படம் பார்த்தால் குற்றம், நண்பர்களுடன் பேசினால் குற்றம். என்ன தான் செய்யுறதுன்னே தெரியலை. இவர் வருகிற வண்டிச் சத்தம் கேட்டாலே தூக்கிவாரிப் போடுது. அய்யய்யோ வந்துட்டாரேன்னு நினைக்கத் தோணுது.'

'நல்ல சட்டை பேண்ட் கேட்டால், நண்பர்களுடன் எப்போதாவது வெளியில் போக காசு கேட்டால், உடனே அவருக்கு நான் வாங்கிய குறைந்த மார்க் நினைவுக்கு வந்துவிடும். 'படிக்கத் துப்பில்லை.

இதெல்லாம் தேவையா?' என்பார். அப்படியே ஆத்திரம் ஆத்திரமா வரும். அவர் சொல்வதாலேயே படிப்பை நினைத்தால் எரிச்சலாக வருகிறது. எல்லாத்தையும் அப்படியே தூக்கிப்போட்டுவிட்டுப் போயிடலாமான்னு தோணுது.'

அவர் நினைப்பதைத்தான் நாங்கள் கடைப்பிடிக்க வேண்டும். இங்கிலீஷ் மீடியம் வேண்டாம் என்று நினைத்தார். எங்க டவுன்ஷிப்லயே கேந்திரிய வித்யாலயா ஸ்கூல் இருந்தும் எதனாலோ. அங்கு சேர்க்கவில்லை. வீட்டை விட்டு ஓடிப்போய்விடுவேன் என்று அம்மா கத்தியபிறகுதான் அப்பா சேர்த்துவிட்டார்.

அவர் காலையில் 5 மணிக்கு எழுந்துவிடுவார். எங்களையும் எழுப்பிவிடுவார். வயலுக்குக் கூட்டிப்போவார். ஏதாவது வேலை செய்யவேண்டும் என்பார். பகலில் தூங்குபவன் உருப்படவேமாட்டான் என்பது அவரது தீவிரமான கருத்து. நான் படிக்கப் படிக்க என்னைப் பலரும் பாராட்டப் பாராட்ட, அவருக்குள் பொறாமை வந்ததோ என்று சந்தேகமாக இருக்கிறது. அவர் எஸ்.எஸ்.எல்.சி. ஃபெயில். என் படிப்பை பெரிதும் பாராட்ட மாட்டார். டிப்ளமாவிற்கு மேல் படிக்க வேண்டாம் என்றார். அவர்கிட்ட பணம் இருந்தும், ஃபீஸ் கட்டமாட்டேன் என்று வம்பு செய்தார். வேலைக்குப் போய் சம்பாதித்து சேர்த்துவைத்த சொந்தக் காசில் நான் எம்.இ. வரை படித்தேன். தம்பி தங்கைகளும் அப்படித்தான் படித்தார்கள். என்ன நினைத்தாரோ, அங்கே இங்கே தேடி அலைந்து, அக்குபஞ்சரில் ஒரு எம்.டி. பட்டம் வாங்கிவிட்டார். அந்தப் பட்டத்தை ஃபிரேம் போட்டு ஹாலில் மாட்டி வைத்திருக்கிறார் என்றால் பாருங்கள்!

'பெரிய படிப்பெல்லாம் எதற்கு? வா, வந்து நம் தொழிலையே பார்' என்கிறார். சரி என்றால், என்னைச் சாதாரண வேலை ஆட்களுடன் சேர்ந்து வேலை செய்யச் சொல்கிறார். என்னுடன் படித்த பையன்கள் பார்த்தால் என்ன நினைப்பார்கள்? இவர் சொல்கிற சாதாரண வேலைகளைச் செய்வதற்கா பெரிய படிப்புகள் படித்தேன்?'

'நான் எந்த வியாபாரம் ஆரம்பிப்பதாகச் சொன்னாலும், அது ஒத்துவராது. சரியாகப் போகாது என்கிறார். என் நண்பர்கள் எல்லாம் சொந்தமாக பிசினஸ் செய்ய ஆரம்பித்து விட்டார்கள். அவனவன் ஏதோ உருப்படியாகச் செய்கிறான். நான் இவரைக் கேட்டுக் கொண்டு

நிற்க வேண்டியிருக்கிறது. பணத்துக்கு நான் என்ன கெஞ்சவா முடியும்! என்ன நினைத்துக்கொண்டிருக்கிறார் என்றே புரியவில்லை.

'பெரியப்பா பையனைப் பார், மாமா மகனைப் பார். அவன் எல்லாம் வேலைக்குப் போய்விட்டார்கள். உன்னால் முடியவில்லையே என்று கேலி பேசுகிறார். நான் என்ன முயற்சி செய்யாமலா இருக்கிறேன்? இவர் என்ன உதவி செய்கிறார்? நானாக வேலை வாங்க முடியுமா? இவருக்குத் தெரிந்தவர்களிடம் சொல்லலாம் அல்லது பணமாவது கொடுக்கலாம். அப்படி ஏதும் செய்யாமல் என்னையே குறைசொல்லிக் கொண்டிருந்தால் எப்படி?'

'என் கல்யாணத்தின் போதும் பணம் சப்போர்ட் செய்ய மாட்டென்னுட்டார். என் கல்யாணத்திற்கு ரிசப்ஷன் வேண்டாம் என்று சொல்லிவிட்டார். பிறகு கட்டாயப்படுத்தியபோது, வருகிற பரிசுப் பொருட்கள், அன்பளிப்புகளை எல்லாம் செலவிற்கு ஈடாக அவரே எடுத்துகொள்வேன் என்றார். அதிர்ச்சியாக இருந்தது.'

'நான் வாழுகிறவரை அனுபவித்துவிட்டு பணம் ஏதாவது மீதமிருப்பதைத்தான் வைத்துவிட்டுப் போவேன். என்னடா பண்ணுவீங்க?' என்கிறார்.'

'எல்லாம் என் நன்மைக்குத்தான்' என்பார். நான் காலையில் சீக்கிரம் எழுந்துகொள்ளவேண்டும். இல்லாவிட்டால் திட்டு. படிக்க வேண்டும். இல்லாவிட்டால் வசவு. கடைக்குப் போகவேண்டும். அதற்காகப் படிப்பதை நிறுத்தலாம். ஆனா அது தப்பில்லை. சொல்லும் போதெல்லாம் எத்தனை முறை என்றாலும் போகணும். போகா விட்டால் வீட்டிற்கு உதவாத பிள்ளையாம்.'

'எல்லோரையும் போலில்லை என் அப்பா.'

'அவருக்கு என் மேல் பிரியமில்லை.'

'என் நலனில் அக்கறை இல்லை.'

'எனக்கு அவர் முக்கியத்துவம் கொடுக்கவில்லை.'

'எனக்கு முன்னெல்லாம் உங்களை ரொம்பப் பிடிக்கும்ப்பா. இப்ப பிடிக்கலைப்பா. ஏன்னு தெரியலை.'

‘அப்பா ஒரு டிசிப்ளினேரியன். அப்பா நான் செய்கிற தப்புகளை எல்லாம் கண்டுபிடிக்கிற சரியாகச் செய்கிறேனா என்று பார்க்கிற ஆடிட்டர். என்னை எப்போதும் விடாம கண்காணிச்சிக்கிட்டு இருக்கிற போலீஸ் ஆபீசர். எதை எப்படிச் செய்யவேண்டும் என்று சதா சொல்லித்தந்துகொண்டேயிருக்கிற டீச்சர். ஒரு வழிகாட்டி. எல்லாம் சரி. அவர்கிட்ட நான் ஒரே ஒரு கேள்விதான் கேட்க விரும்புகிறேன்: ‘இவ்வளவுமா இருக்கிற நீங்க, எப்ப ஒரு அன்பான அப்பாவா இருக்கப் போறீங்க?’

இவனைப் பெத்ததுக்கு...

‘என்ன பேசுறான் இவன்? இவன் வயசுல நான் எப்படி இருந்தேன் தெரியுமா சார்? என் சக்திக்கு மீறித்தான் நான் இவனுக்கு எல்லாமே செய்யுறேன். பணத்தோட அருமை தெரியலை சார். நாம் என்னமோ ஏ.டி.எம். மிஷின்னு நினைச்சிக்கிட்டிருக்கான்.’

‘துரை சாதாரணச் சட்டை போடமாட்டார். தினம் அவருக்கு பாக்கெட் மணி வேணும். படிப்பில ஏதும் பெரிசா இல்லன்னாலும் பிரிஸ்டீஜ்க்கு ஏதும் குறைச்சலில்லை.’

‘எப்ப பார்த்தாலும் பிரண்ட்ஸ் பிரண்ட்ஸ் என்று சுற்றிக் கொண்டிருந்தால் நாங்க என்னதான் செய்யுறது? எடுத்ததை எடுத்த இடத்தில் வைக்கிறதில்லை. வெளியில போனால் எங்க போகிறான் எதற்கு என்று சொல்றதில்லை. ராத்திரி நேரம் கழிச்சு வருவது. வீட்டில் இருக்கிறவர்களுடன் சேர்ந்து இருப்பதில்லை. ஒருநாளும் சேர்ந்து சாப்பிடுவதில்லை. சாப்பாடு எப்போதும் டிவி அல்லது கம்ப்யூட்டர் முன்பாகத்தான்.’

‘எப்ப பார்த்தாலும் செல்போனும் கையுமாகவே இருப்பது. வீட்டிற்குள் வந்தவுடன் கம்ப்யூட்டரை ஆன் பண்ணிவிடுவது. பிறகுதான் கை கால் கழுவுவது கூட. ஏன் என்றால், அவர் கை கால் கழுவிட்டு வருவதற்குள் கம்ப்யூட்டர் ஆன் ஆகி ரெடியாக இருக்க வேண்டுமாம். ஃபேஸ் புக். வாட்ஸ் ஆப், டிவிட்டர் சேட், அது இதுவென்று எப்போதும் கம்ப்யூட்டர் உடன்தான் இருப்பது. இரவு படுக்கப்போக தினம் ஒண்ணு அல்லது இரண்டு மணி ஆகிவிடுகிறது. காலையில் ஒருநாளும் நேரத்திற்கு எழுவதில்லை.’

'பெரியவங்கன்னு மரியாதை இல்லை. ஊருக்குக் கூப்பிட்டா வர்றதில்லை. பெத்த அம்மா கூட போறதில என்ன வெட்கம்? போகமாட்டான்.'

'தென்னையைப் பெற்றால் இளநீர் பிள்ளையைப் பெற்றால் கண்ணீர் என்பார்கள். சரியாத்தான் இருக்கு. உதவாக்கரை. இரவு எல்லாம் கண்விழிப்பு, ஊர்சுற்றல், சதா செல்போன். காலையில் சீக்கிரம் எழுவதில்லை. தரித்திரம். இவனும் இவன் தலைமுடி மீசை, டிரெஸ்சிங் சென்ஸ்சும், வண்டி வேணுமாம். எப்பப் பாரு டிவிதான், மொபைல் போன்தான். நான் செய்த பாவம். பெத்த கடனுக்கு...'

'ஒழுங்கு இல்லை. படிப்பு இல்லை. மரியாதை இல்லை. ஃபோகஸ் இல்லை. அருமை தெரியவில்லை. பெண் பிள்ளைகளைப் பாருங்கள்! தடிமாடு மாதிரி வளர்ந்திருக்கிறானே தவிர.. பொறுப்பு என்பதே கொஞ்சம்கூட கிடையாது. அப்பா கஷ்டப்படுறாரே என்கிற எண்ணம் கொஞ்சமாவது இருந்தா இப்படி நடந்துகொள்வானா?'

'திருட்டு, பொய், ஏமாற்றல், சகவாசம் சரியில்லை. இவன் பிரண்ட்ஸ் பற்றிப் பேசினால் கத்துவான். இந்த வயதிலேயே டிரின்க்ஸ் குடிக்கிறான்! கண்டவர்களுடன் ஊர் சுற்றிக்கொண்டு இருக்கிறான்'.

'நான் ஒரு மளிகைக் கடையில வேலை செய்யுறேன். ஆனா பையனை இங்கிலீஷ் மீடியத்துல படிக்கவைக்கணுமின்னு ஆசைப்பட்டேன். சேர்த்தும் விட்டேன். மாசா மாசம் பணம் கட்ட நாக்கு தள்ளிடும். ஆனாலும் விடுறது இல்லை. அவன் ஐந்தாவது படிக்கிற வரைக்கும் நான்தான் தினமும் சைக்கிளில் கொண்டுவிடுவேன். என்ன ஆச்சுன்னு தெரியலை. ஆறாவதில இருந்து நானே போய் கிறேன்னான். சரின்னு விட்டுட்டேன். எப்பயாவது அவனுடைய ஸ்கூலுக்கு நான் சாப்பாடு கொண்டுபோனாலோ, ஃபீஸ் கட்டப்போனாலோ, நீ வராதங்குறான். அவனுக்கு நான் அங்க போறது அசிங்கமா இருக்காம். அவன் பிரண்ட்ஸ் அவனை கேலி செய்யுறாங்களாம். என் வேட்டி சட்டையைப் பார்த்துட்டு. அவனை அரிசி பருப்புன்னு கேலி செய்யுறாங்களாம். என்கூட வெளிய வரவே அசிங்கப்படுறான் சார் என் பையன்!'

‘காலேஜில் இருந்து வீட்டிற்கு வந்ததும் எவன்கிட்ட இருந்தாவது மெசேஜ் வந்திடும். அப்படியே சட்டையைக் கழட்டிப்போட்டுட்டு, வேற எதையாவது எடுத்து மாட்டிக்கிட்டு கிளம்பிடுவான். எங்க போவான்? முன்பெல்லாம் பீச்சுக்கு. இப்பவெல்லாம் ஷாப்பிங் மால்கள்தான் கதி. என்னதான் செய்வார்களோ தெரியவில்லை. சதா பேச்சும் சிரிப்புமா பொழுதுபோயிடுது. எங்க இருந்து உருப்புடறது?’

‘சாருக்கு வீட்டுச் சாப்பாடு பிடிக்காது. நல்லா பரோட்டா கண்டு பிடிச்சான்கள். எப்ப பாரு பரோட்டாதான். இப்படி மசாலா சாமானா சாப்பிட்டா வயிறு என்னத்துக்கு ஆகும் என்று தெரியவில்லை.’

‘இவன் சம்பளம் என்ன என்று இன்றைக்கு வரைக்கும் சொன்னதில்லை சார். நானும் கேட்டதில்லை.’

‘இன்னைக்கும் ஜட்டி பனியன் வரை ஐயா கழற்றி எறிஞ்சிட்டுப் போய்விடுவார். நான்தான் துவைக்கிறேன்.’

‘ஏதாவது கேட்டாலே கத்துறான். கோபம்தான் வருது.’

‘இதென்ன வீடா சத்திரமா? என்ன நினைச்சிக்கிட்டு இருக்கான் இவன்?’

‘படிக்கிற வயசுல எதுக்குக் காதல்? இவன் காலேஜுக்குப் போறதை விட்டுவிட்டு தினம் யாரோ ஒரு பொண்ணு போற காலேஜுக்கு கையில இருக்கிற காசை எல்லாம் பஸ்ஸுக்குக் கொடுத்து போயிட்டு வர்றான். வீட்டில் அவன் அம்மா ஏதாவது அதைப்பத்திக்கேட்டா, சாருக்கு தலைக்கு மேல கோபம் வருது.

‘ஒரே பையனாச்சேன்னு கடனை ஒடனை வாங்கி என் சக்திக்கு மீறி இவனைப் படிக்க வச்சேன். படிப்பு முடிஞ்சுது வேலைக்குப் போனான். ஒரு கல்யாணத்தைப் பண்ணி வச்சோம். உடனே தனியா குடித்தனம் போறேன்னான். அதுக்கும் சரின்னு நாங்களே வீடு பார்த்துக் கொடுத்தோம். அவ்வளவுதான்... இப்ப அவன் எப்படி இருக்கான் என்ன பண்ணுறான்னுகூட தெரியாது. நாங்களா இருக்கோம். எனக்கு இரண்டு வருஷத்துல ரிட்டயர்மெண்ட். வாங்கின கடன்கள் பாக்கி நிக்குது. வீடு ரிப்பேரா இருக்கு. அவன் அம்மாவுக்கும் முடியலை. அவன் எப்பவாவது மாசத்துல ஒரு

வாட்டி வருவான். அம்மாகிட்ட கொஞ்சம் பேசுவான். அதுவும் எரிச்சலாத்தான். உங்களை யார் கடன் வாங்கச் சொன்னதும்பான். வீட்டை வித்துடலாமே என்பான். விட்டாச்சு. இனி அவனை நம்பி பிரயோசனம் இல்லை. பெத்து வளர்த்து யாருக்கோ கொடுத்திட்டோம்னு வச்சுக்கவேண்டியதுதான்.''

'என்னைப் பார்த்தாலே அவனுக்குப் பணம்தான் சார் நினைப்பு வருது. கார் வாங்கணும், இடம் வாங்கணும் என்கிற மாதிரி ஏதாவது தேவையிருக்குன்னு கேட்டுக்கிட்டே இருக்கான். எப்பவாவது அவன் கேட்டதைக் கொடுக்காட்டி, முகத்தைத் தூக்கி வச்சுப்பான். சரியாவே பேசமாட்டான். அவன் அம்மாகிட்ட, இவர் பணத்தை வச்சுக்கிட்டு என்ன பண்ணபோறார்ன்னு கேட்கிறான்.'

'அவன் மாமனாருக்குக் கொடுக்கிற மரியாதையில பாதிகூட பெத்த எனக்குக் கொடுக்கிறதில்லை. காரணம், அவர் பணம் வச்சிருக்கார்!'

'அவன் என்ன பண்ணுறான் ஏது பண்ணுறான்னே எனக்குத் தெரியாது சார். அவன் குடியிருக்கிற வீடு சொந்த வீடுன்னு எனக்கு அவன் பிரண்ட் ஒருத்தன் சொல்லித்தான் தெரியும். வாடகைக்கு இருக்கான்னு நினைச்சுக்கிட்டிருக்கேன். என்னமோ போறான் சார். எங்கயாவது அவன் நல்லா இருந்தா சரி.'

'ஒரு நாள் பக்கத்தில உட்கார்ந்து, என்ன அப்பா எப்படி இருக்கீங்கன்னு வாயாரக் கேட்டதில்லை. பேசுனாலே வெடுவெடுங் குறான். எனக்கு அதைப் பண்ணினீங்களா இதைப் பண்ணினீங் களான்னு எதையாவது குற்றமாவே பேசுறது. அவனைப் பார்த்தாலே பயமா இருக்கு.'

'ஒரு நல்ல நாள் பெரிய நாளுக்கு போன் கூட பண்ணுறதில்ல. வீட்டுக்கு வருவதில்லை. நாங்களாத்தான் இருக்கோம்.'

4. சிக்கலுக்கான காரணங்கள்

அப்பா மகனுக்கு இடையே இயற்கையான ஒட்டுதலுடன், புரிதலுடன் இருக்கவேண்டிய வலுவான அன்புமிக்க உறவு. அது சிலரிடையே அமைவதில்லை. ஒருவருடன் ஒருவர் பிரியமாக நடந்துகொள்வதில்லை. யாரோ இருவர்போல, மனதளவிலும் தள்ளியே இருக்கிறார்கள். எதனால் இந்த இடைவெளி? அன்பு வற்றி, சின்னதாக ஏற்படும் வெறுப்பு விரோதமாகக்கூட மாறுவதற்கு எவை காரணங்கள்?

எவை காரணங்கள் என்பதைச் சற்று மாற்றி யார் காரணம் என்று பார்த்தால், மகன் பக்கமும் காரணங்களுண்டு. அப்பா பக்கமும் உண்டு என்பது தெரியவரும்.

மகன் சொல்லும் காரணங்கள்

மனதில் பதிந்த பயம்

‘அங்காடித்தெரு’ படத்தின் இயக்குனர் வசந்தபாலன், படம் வெளியாகி வெற்றிகரமாக ஓடிக்கொண்டிருந்த நேரத்தில் தொலைக் காட்சி ஒன்றில் பேட்டி கொடுத்தார். படத்தில் கடையின் கொடுமைக் கார மேனேஜராக நடித்த ‘கருங்காலி’, மற்றொரு இயக்குனரான டைரக்டர் வெங்கடேஷ்.

‘மிகச் சிறப்பாக நடித்திருக்கிறாரே! அவரை எப்படி இந்தக் கதாபாத்திரத்துக்குத் தேர்வு செய்தீர்கள்?’ என்று கேட்டதற்கு,

வசந்தபாலன் சொன்ன பதில் முக்கியமானது. வெங்கடேஷ், வசந்தபாலன் இருவருமே சில ஆண்டுகளுக்கு முன்பு, இயக்குனர் ஷங்கரிடம் ஒரே சமயத்தில் வேலை செய்திருக்கிறார்கள். அப்போது வசந்தபாலன் புதியவர். வெங்கடேஷ் சீனியர். அவர் மிகவும் கெடுபிடியாக நடந்துகொள்பவராம். அதனால்தான் 'அங்காடித் தெரு' படத்தில் வரும் முரட்டு மேனேஜர் கேரக்டருக்கு வெங்கடேஷ் பொருத்தமாக இருப்பார் என்று முடிவு செய்து நடிக்கக் கேட்டுக் கொண்டாராம். வெங்கடேஷும் சந்தோஷமாக ஒப்புக் கொண்டிருக்கிறார்.

வசந்தபாலன், 'அங்காடித் தெரு' படத்தின் இயக்குனர். வெங்கடேஷ் அதில் நடிக்கிறார். ஆனாலும் வசந்தபாலனால், அவரிடம் ஒரு இயக்குனர் கேட்பதுபோல கேட்டு வேலை வாங்க முடியவில்லை யாம். காரணம், பழைய பயம். ஒன்றாக வேலை செய்த காலத்தில் வசந்தபாலன் போன்ற புதியவர்களுக்கெல்லாம் வெங்கடேஷ் என்றால் சிம்ம சொப்பனம். அவரைக் கண்டாலே பயம்தானாம். அந்த பயம் இன்னமும் போகவில்லை என்றார்.

எப்போதோ பயந்தது இன்னமும் இயக்குனர் ஆகிய பின்னும் போகவில்லை.

யானைகள், குட்டிகளாக இருக்கும்போது அவற்றின் கால்களில் இரும்புச் சங்கிலிகளைப் போட்டு பிணைத்திருப்பார்கள். குட்டிகளால் நினைத்த இடத்திற்குப் போய்விட முடியாது. யானை வளரும். வளர்ந்து பலமடங்கு பெரியதாகிவிடும். பலம் பெற்றுவிடும். அதன் பலத்துடன் ஒப்பிட்டால் அதன் காலில் கட்டப்பட்டிருக்கும் சங்கிலியின் வலு ஒன்றுமேயில்லை. உதறித் தள்ளிவிட்டு அறுத்து எறிந்துவிட்டு ஓடிவிட முடியும். ஆனால் யானை ஓடாது. காரணம், வேறு ஒன்றும் இல்லை. யானை பழைய நினைப்பில் இருந்து மீளவில்லை. முன்பு சிறியதாக இருந்தபோது சங்கிலியை மீற முயன்று முடியாமல் போனபோது சங்கிலி வலுவானது. அதை அறுத்து எறிய முடியாது என்று யானை நினைத்தது, பின்னும் தொடர்கிறது.

பயம் போகவில்லை. குழந்தைகளும் அப்படித்தான். சின்ன வயதில் என்ன காரணத்திற்கு அடித்திருந்தாலும் சரி. கடுமையாக

அடிவாங்கியது அவர்களுக்கு மறக்காது. அவர்களுடைய நினைவில் இருந்து அகலாது. சலீம் என்று ஒரு நண்பர். அவர் சொல்வார் அவருடைய அப்பா சின்ன வயதில் அவரை அதிகம் அடிப்பாராம். அப்பா என்றால் அவருக்குக் கெட்ட பயம். தற்போது அவருக்கு வயது 35க்கும் மேல். அவருடைய அப்பா அவருடன் சகஜமாகப் பேசினாலும் அவரால் பேசமுடிவதில்லையாம். காரணம் பழைய பயம் என்கிறார்.

மதுரையில் வசித்த மருத்துவரின் மகன்களில் ஒருவர் சொன்னது அப்பா என்று நான் வாய்விட்டு சத்தமாக அழைத்தது, அவர் இறந்த பிறகுதான். அதுவரை அவரைச் சத்தமாக அழைத்ததுகூட இல்லை. அப்பா என்றால் அவ்வளவு பயம்.

பயம் இருக்குமிடம் பாசம் இருக்க முடியாது என்பதல்ல. தலைமையாளர்களின் பாணிகளில் (லீடர்ஷிப் ஸ்டைல்ஸ்) ‘பெனவலண்ட் ஆட்டோகிராட்’கள் என்று ஒரு வகை உண்டு. ‘அள்ளிக் கொடுக்கும் சர்வாதிகாரி’ அல்லது 'வாரிக்கொடுக்கும் அடாவடி' என்பதுபோல அதைச் சொல்லலாம். அவர் கடுமையாகப் பேசுவார்தான். ஆனால் கொடுக்கும் போதும் தாராளமாக கணக்கின்றிக் கொடுப்பார். அதனால்தான் மக்கள் அவரிடம் மாறாத அன்புடன் இருக்கிறார்கள் என்று சிலரைப் பற்றிச் சொல்லக் கேள்விப்பட்டிருக்கலாம்.

அடிக்கிற அப்பாக்களிலும் அப்படி இருப்பவர்கள் மீது பிள்ளைகளுக்கு பாசம் போகாது. அடிகள் ஒருபக்கமிருந்தாலும், தனக்காகச் செய்பவர், தன் நியாயங்களைப் புரிந்துகொள்பவர் என்பதும் புரிவதால், அவர் மீது பயமும் இருக்கும். பாசமும் இருக்கும். ‘பியர் - லவ்’ என்பார் பிராய்ட். வெறும் கண்டிப்பு மட்டுமே செய்யும் அப்பாக்கள் மீது பாசம் வராது. பயம் மட்டுமே இருக்கும். போகப் போக அதுவே ஆழ்மனதில் வெறுப்பாகவும் வளர ஆரம்பிக்கும்.

மனைவியால் பெற்றவர்களைப் படுத்தும் பிள்ளைகள்

அப்பா மீது பிரியம்தான். அதில் ஒரு குறைவுமில்லை. ஆனால் அப்பா அம்மா மீது பாசம் காட்டுவது கட்டிக்கொண்டவளுக்கு பிடிக்கவில்லை.‘என்ன எப்ப பார்த்தாலும் அப்பா அம்மா என்கிறீர்கள்

சின்னப் பிள்ளைமாதிரி!' என்று கேலியாக தொடங்குவாள். போகப் போக, அப்பா அம்மாவை வேலை வாங்கவேண்டும், அவர்கள் சும்மாதானே இருக்கிறார்கள். நான் மட்டும் தனியாளாகச் சிரமப்பட முடியுமா என்பாள். அவர்கள் தவறு என்று வாய்ப்பு கிடைக்கிற போதெல்லாம் மகனுக்கு சொல்லிகொடுப்பாள். கணவனுக்கு தன் மீது இருக்கும் அன்பை, அவர்களுக்கு எதிராகத் திருப்பி விடுவாள். அவள் சொல்லிச் சொல்லி, பெற்றவர்களிடமிருந்து எவ்வளவு ஒதுங்கிப் போனாலும் திருப்தியின்றி மேலும்மேலும் குறை சொல்வாள். அப்பா அம்மாவைவிட்டு விலகுவது ஒன்றே வழி என்று, சந்தர்ப்பம் கிடைக்கும்போதெல்லாம் எடுத்துரைப்பாள். அவளுடன்தானே மீதி வாழ்க்கை! தன் பிள்ளைகள், அவர்கள் நலம் என்று எதிர்காலமே அவளை ஒட்டியிருக்கையில், அவள் சொல்வதையும் கேட்கவேண்டிய நிலைமைதான் மகனுக்கு. அவன் என்ன செய்வான் பாவம்!

அவமானப்பட்ட பிள்ளைகள்

'நீ ஒண்ணுத்துக்கும் லாயக்கில்லாதவன்.' 'தண்டச்சோறு.' 'உருப்படப் போறதில்ல' என்றெல்லாம் திட்டு வாங்கியவனாக அவன் இருக்கலாம்.

எல்லா பிள்ளைகளும் நன்றாகப் படிக்க, தன் மகன் மட்டும் இப்படியிருக்கிறானே என்கிற கோபத்தாலோ அல்லது மற்றவர்களைப் போல அவனும் நன்றாக வரவேண்டும் என்கிற ஆதங்கத்தாலோ சொல்லப்பட்ட வார்த்தைகளாக இருக்கலாம். ஆனால் அது அப்படியே புரிந்துகொள்ளப்படுமென்பது இல்லை.

'நான் இன்றைக்கு ஏதும் செய்யாதவன்தான். ஆனால் நானும் உப்புப் போட்டுச் சோறு தின்பவன்தானே. எனக்கும் சுயமரியாதை உண்டே! என்னப்பற்றி இப்படி நினைத்துவிட்டீர்களே! சீ என்ன அப்பா நீங்கள்!! போய்யா போ இருக்கட்டும். எனக்கும் ஒரு காலம் வரும். என்னாலும் செய்துகாட்ட முடியும். நானும் செய்கிறேன். நான் யாரென்று உங்களுக்கெல்லாம் என்னைக் காட்டுகிறேனா இல்லையா பாருங்கள்' என்று மனதுக்குள் கறுவியிருக்கலாம். அந்த ரோஷம் காரணமாக, செய்துகாட்டவேண்டும் என்கிற வெறி காரணமாக அப்பாவிடம் இருந்து விலகியிருக்கலாம்.

உதவாத பிள்ளைகள்

முப்பது நாற்பது ஆண்டுகளுக்கு முன்பெல்லாம் இவ்வளவு படிப்பறிவு இல்லை. வீடுகளில் ஆடு, மாடுகள் செல்வம் என்பது போல, பிள்ளைகளும் உழைக்கக்கூடியவர்களாகப் பார்க்கப்பட்டார்கள். அவர்களின் வயதிற்கேற்ப, ஆடு மாடு மேய்ப்பதோ, வயலில் வேலை செய்வதோ ஏதோ வேலைகளை அப்பாவுடன் செய்யவேண்டும்.

'பெரியவர்கள் மட்டுமே முக்கியம். எவ்வளவு பிள்ளைகள் வேண்டுமானாலும் பெற்றுக்கொள்ளலாம். அதற்குக் குறைவில்லை. பெரியவர்கள் ஆகும் வரை பிள்ளைகளால் பெரிய உபயோகம் இல்லை. அதனால் அவர்களை எடுபிடிகளாகவே பயன்படுத்த வேண்டும்' என்கிற அணுகுமுறை இருந்தது.

கல்வி அறிவு பெருகப்பெருக நிலைமையில் பெரிய மாற்றம் வந்து, பெறும் பிள்ளைகள் எண்ணிக்கையும் தொடர்ந்து குறைந்து வந்து தற்சமயம் ஒன்று அல்லது அதிகபட்சம் இரண்டு என்பதில் வந்து நின்றிருக்கிறது. பெறுகிற பிள்ளைகளின் எண்ணிக்கை குறைந்ததால் பெற்ற பிள்ளைகளின் முக்கியத்துவம் அதிகமானது. தங்களுக்கு வசதி இருக்கிறதோ இல்லையோ பிள்ளைகளை எந்தக் குறையுமில்லாமல் சிறப்பாக வளர்க்க வேண்டும் என்கிற எண்ணமும் சமுதாயத்தில் ஓங்கியது. அதனால் பிள்ளைகளை வேலை வாங்குவதில்லை. பெற்றோர் அவர்களுக்கு வேலை செய்வது என்கிற மாற்றமும் வந்து சேர்ந்தது.

சமுதாயத்தில் பெரும்பாலானவர்கள் இப்படியிருக்க, இப்படி இல்லாமல் இருப்பவர்கள் விதிவிலக்குகள் ஆகிப்போனார்கள். பிள்ளைகளை வேலை வாங்குவது சுயநலமாகப் பார்க்கும் நிலை உருவானது. தங்கள் வயலில் வேலை, தங்கள் வீட்டு வேலைகள் என்பனவற்றையே பிள்ளைகள் வேற்றுமையாகப் பார்க்க ஆரம்பித்து விட்டார்கள்.

அம்மாக்களும் காரணமோ?

எல்லா பிள்ளைகளுக்கும் அதுவும் சின்ன வயதிலேயே ஏன் தனது அப்பா குறிபிட்ட விதமாக நடந்துகொள்கிறார் என்பது புரியாமல் இருக்கலாம். அல்லது பிள்ளைகள் தவறாக அர்த்தப்படுத்திக்

கொள்ளலாம். அப்பா செய்வது தவறென்று அவர்கள் மனதில்பட ஆரம்பிக்கலாம். அதுவே ஆழமாகப் பதிந்தும் விடலாம்.

ராபர்ட்டுக்கு வயது முப்பது. சென்னையில் பி.பி.ஓ. ஒன்றில் மேலாளராகப் பணிபுரிகிறார். அவருடன் அவர் மனைவி ஷீலாவும் இரண்டு வயது மகளும் இருக்கிறார்கள். அவர்களுடைய மகனுக்கு வயது ஐந்து. அவனை பெங்களூரில் பாட்டி வீட்டில் விட்டிருக்கிறார்கள். இரண்டு வாரத்திற்கு ஒரு முறையோ மாதம் ஒருமுறையோ அவன் சென்னை வருவான். அப்போதெல்லாம் அவன் பேசுவது ராபர்ட்டுக்கு ஆச்சரியமாக இருக்கும்.

ராபர்ட் அலுவலகத்தில் இருந்து தாமதமாக வருவார். கை கால் முகம் கழுவிவிட்டு வந்து சற்று ஓய்வாக அமருவார். மகனை அழைப்பார். அருகே வரும் மகன், 'என்னப்பா உட்கார்ந்திட்ட! அம்மா பாரு தனியா கஷ்டப்படுறாங்க. எந்திரிங்க. நீங்களும் போய் கிச்சன்ல அம்மாவுக்கு உதவிபண்ணுங்க' என்பான். அவனால் எப்படி இந்த வயதிலேயே இப்படியெல்லாம் பேசமுடிகிறது என்று ராபர்ட் ஆச்சரியப்படுவார்.

'அம்மா பாருடா செல்லம். நான் ஒண்டியாளா கஷ்டப்படுறேன். அப்பாவைப் பார் அவர் எனக்கு ஏதும் உதவி செய்வதில்லை' என்று அம்மாக்கள் என்ன காரணத்தினாலோ பிள்ளைகளிடம் தொடர்ந்து சொல்வதால், அம்மா மீது இயற்கையாகவே இருக்கிற கூடுதல் பிரியத்தால், அப்பா செய்வது தவறு என்கிற எண்ணம் சின்ன வயதில் இருந்தே சில பிள்ளைகள் மனதில் ஆழமாக வேரூன்றிவிடுகிறது.

'அப்பா அப்படியெல்லாம் இல்லையடா. அவர் நல்லவர்' என்று அம்மாக்கள் சொல்ல விரும்பலாம். அதற்கு அவர்கள் முதலில் அப்படி நினைக்கவேண்டும். அவர்களை, அப்பாக்கள் நினைக்க விடவேண்டும். அந்த நினைப்பு வலுவாகுமாறு தன் மனைவியிடமும் பிள்ளையிடமும் நடந்துகொள்ள வேண்டும்.

முதலில் என்ன செய்தாலும் கணவனே கண்கண்ட தெய்வம் என்பதுபோலதான் இருப்பார்கள். எல்லாம் போகப்போக சரியாகி விடும் என்றே நினைப்பார்கள். அவர்களுடைய பெற்றோரும் அப்படியே சொல்லிக்கொடுப்பார்கள் (இவையெல்லாமும் தற்சமயம் மாறிவிட்டன).

கணவனால் தமக்கு ஏற்படும் துன்பங்களை ஆரம்பத்தில் ஒரு பிரச்சினையாகப் பார்க்க மாட்டார்கள். அவை தற்செயல், தற்காலிகம் என்றே நம்ப விரும்புவார்கள். அனுபவம் தொடர, என்ன இது! இப்படியிருக்கிறதே என்று வருத்தப்படுவார்கள். ஆதங்கத்தை பெற்றோரிடம் அதிலும் குறிப்பாக அம்மாக்களிடம் மட்டும் சிறிய அளவில் பகிர்ந்துகொள்வார்கள். அதன்பின், அவர்கள் நம்பிக்கையுடன் பகிர்ந்துகொள்வது, அவர்கள் பெற்ற பிள்ளையிடம்தான். அவன் வெளியாள் இல்லையே.

ஆதங்கத்தை மனவருத்தங்களை எவரிடமாவது கொட்டியாக வேண்டும். உள்ளே கொதிப்பதை இறக்கிவைத்தாக வேண்டும். அதற்கு யாரிடமாவது பேசியாக வேண்டும். பெரியவர்களிடம், அது பெற்றவர்களாகவே இருந்தாலும் நம்பிக்கையான சிநேகிதிகளாக இருந்தாலும், தன் கணவனைப் பற்றி குறைசொல்வதாகிவிடுமே என்கிற அச்சம் வரும். சொல்லிவிட்டு, பின் குற்ற உணர்வில் இருப்பதைவிட சொல்லாமலேயே இருந்துவிடலாம் என்று அடக்கிக் கொள்வார்கள். அதைத் தவிர்ப்பதற்காகவே, தன்னுடனேயே இருக்கும் தன் பிள்ளை, தான் சொல்கிற வார்த்தைகளைப் புரிந்துகொள்ள முடியாத பிள்ளைகளிடம் அம்மாக்கள் அரற்றுவதுண்டு, அழுவதும் உண்டு.

தனக்குப் பிரியமான அம்மா அழுகிறார் என்பதைப் பார்க்கிற பிள்ளை அதற்குக் காரணமானவர்கள் மீது கோபம் கொள்கிறது. அது அப்பாவாகவே இருந்தாலும். கோபத்தை அதனால் காட்ட முடிந்தால் சரி. முடியாவிட்டாலும் கோபம் கோபம்தான். அது உள்ளே குமைகிறது. குமைச்சலே வெறுப்பாகிறது.

அப்பா பக்கத்து காரணங்கள்

அப்பாவின் செயல்பாடுகள்

மனதிற்குப் பிரியமானதைச் செய்யவேண்டும். அதைச் செய்ய உதவுகிறவர்களைப் பிடிக்கும். அதற்குத் தடையாக இருப்பவர்கள் மீது வருத்தமே ஏற்படும். ஒருவர் அவரது அலுவலகத்திற்குச் சில நாட்களாக வரவில்லை. விடுப்பு எடுத்திருந்தார். மீண்டும் அலுவலகம் வந்தபோது அவரது நண்பர் ஒருவர் கேட்டார், ‘என்ன உங்களைச் சில நாட்களாகவே காணோம். என்னுடைய இத்தனை வருடத்து

சர்வீசில், நீங்கள் இவ்வளவு நாட்கள் தொடர்ந்து லீவெடுத்து நான் பார்த்ததில்லையே.'

'ஆமாம். நீங்கள் சொல்வது உண்மைதான். கடந்த வாரம் ஃபுட்பால் மேட்ச் டோர்னமெண்ட் நடந்தது அல்லவா. அதற்காகச் சில வெளியூர்கள் போயிருந்தேன்.'

'அடேயப்பா! இவ்வளவு நாட்கள் விடுப்பு எடுத்து, வெளியூர்கள் எல்லாம் போய் டோர்னமெண்ட் முழுக்கப் பார்க்கிற அளவு உங்களுக்கு ஃபுட்பால் விளையாட்டு பிடிக்கும் என்பது எனக்குத் தெரியாதே!'

'நீங்கள் சொல்வது உண்மை. எனக்கு ஃபுட்பால் விளையாட்டில் அவ்வளவு ஆர்வம் இல்லைதான்.'

'பிறகு?'

'என் மகனுக்காகப் போயிருந்தேன். அவனுக்கு ஃபுட்பால் விளையாட்டில் நிறைய ஆர்வம்.'

தனக்கு முக்கியமானவற்றைத் தன் மகனுக்காகச் செலவு செய்திருக்கிறார். அவர் கணிசமாகச் செலவு செய்தது, அவரது மதிப்புமிக்க நேரத்தை. அந்தளவு அவருக்கு அவருடைய மகனைப் பிடிக்கும். ஃபுட்பால் டோர்னமெண்டில் அவ்வப்போது, அவரது ஏழு வயது மகன் விளையாட்டில் இருந்து கண்களை எடுத்து, அடிக்கடி அவரையும் ஒரு பார்வை பார்த்துக்கொண்டான். 'என் அப்பா எனக்காக வந்திருக்கிறார். எனக்கு விருப்பமானதை ஏற்படுத்தித் தருகிறார். அதற்காக மெனக்கெடுகிறார்' என்கிற எண்ணம் ஊறியிருக்கிறது. அந்தப் பிஞ்சு மனதில் அப்பா பற்றிய வாஞ்சை உருவாவதற்கு இப்படிப்பட்ட நிகழ்வுகள் காரணமாக அமைகின்றன. அவர்களுக்கு முக்கியமானதை அவர்கள் பெற உதவுவது. அதற்காக நம்மால் இயன்றதை எல்லாம் செய்வது. 'சின்னப் பிள்ளைதானே! என்ன பெரிய ஆர்வம்?'

'வீட்டிலேயே டி.வி.யில் பார்த்தால் போதாதா? அதே மேட்சைத்தானே காட்டுகிறார்கள்.'

'ஒரு மேட்ச் பார்த்தால் போதுமே.'

'உன் நண்பர்களோடு போய் வாயேன். நான் பணம் கொடுத்து விடுகிறேன்.'

இப்படி எல்லாம் சொல்கிற பெற்றோருக்கு நடுவே, 'வா நானும் வருகிறேன். உன்னை அழைத்துப் போகிறேன். உடன் இருக்கிறேன். உனக்கு விருப்பமான விளையாட்டை அருகிலிருந்து நேரில் பார். பார்த்து, ரசித்து மகிழ். அது உனக்கு முக்கியம் என்றால், அது எனக்கும் முக்கியம்தான்' என்று சொல்லாமல், செய்துகாட்டிய தந்தை அல்லவா அவர். அப்படிப்பட்ட தந்தையை எப்படி மகனுக்கு பிடிக்காமல் போகும்!

தனக்கு சௌகர்யமான நேரத்தில், தன்னைத் தொந்தரவு செய்யாத வண்ணம், பிரச்சினை தராத அளவு பணத்தில் என்றெல்லாம் பார்த்து அவற்றை மட்டுமே செய்வதை எவர் பாராட்டுவார்கள்!.

பத்திரிகை ஒன்றின் உதவி ஆசிரியர் அவர். அவர் மகன் படிக்க விரும்பியது 'பி.ஆர்க்' படிப்பு. அதை சென்னை புதுக் கல்லூரியின் மியாசியில் படிக்க விருப்பம். ஆனால் அதில் கிடைக்குமா என்று தெரியவில்லை. அதனால் அவசரப்பட்டு வேறு ஒரு பல்கலைக்கழகத்தில் சேர்த்துவிடுகிறார். ரூ.75,000 ஃபீஸ் கட்டியாயிற்று. அதன்பின் மியாசியில் கிடைக்கிறது. அங்கு பீஸ் அதில் பாதிதான். மகனைக் கேட்கிறார். 'நான் இங்கேயே படிக்கிறேனே அப்பா.' சரி என்று சொல்லுகிறார். மறுபேச்சில்லை.

பள்ளி அட்மிஷனுக்காக கால் கடுக்க பல மணி நேரங்கள் வரிசையில் நின்றவர்கள்; புத்தகங்களுக்கும் நோட்புக்குகளுக்கும் மணிக் கணக்கில் உட்கார்ந்து அட்டை போட்ட அப்பாக்கள்; பள்ளிக்கூட எக்ஸிபிஷனில் தன் மகன் சிறப்பாகச் செய்துகாட்ட வேண்டும் என்று தலையைப் பிய்த்துக்கொண்டு யோசித்து, அலைந்து திரிந்து பொருட்கள் வாங்கி, இரவெல்லாம் உட்கார்ந்து செய்து, மறுநாள் அலுங்காமல் குலுங்காமல் அதைத் தூக்கிக்கொண்டு பள்ளி வாசலில், 'பத்திரம்டா பத்திரம்டா' என்று பலமுறை சொல்லிக்கொடுத்தனுப்பிய அப்பாக்கள்; தங்கள் பிள்ளைகளின் திறமையை வளர்ப்பதற்காக (அது இசையோ நடனமோ, விளையாட்டோ பேச்சுத்திறனோ அல்லது வேறு எதுவுமோ) தேடியலைந்தவர்கள். தினசரி கொண்டுவிட்டு கூட்டிவந்தவர்கள்; தங்கள் பிள்ளைகளின் அங்கீகாரங்களைத் தங்கள்

தலைகளில் வைத்துக்கொண்டாடியவர்கள், தேடித்தேடி, தங்கள் சக்திக்கு மீறிப்பணம் செலவழித்துப் படிக்கவைத்தவர்கள் இவர்களை எல்லாம் மகன்கள் மறப்பது கடினம்.

மதிப்பு வராதபடி நடந்துகொண்ட பெற்றோர்:

மட்டம் தட்டும் அப்பா.

அப்பா என்றால் பெரியவர். சம்பாதிப்பவர். மொத்தத்தில் அப்பா என்பது ஒரு மதிக்கத்தக்க பொசிஷன். இவையெல்லாம் சரி. ஆனால் சில அப்பாக்கள் நடந்துகொள்ளும் விதம் பிள்ளைகளின் எண்ணங்களை மெல்லமெல்லத் தலைகீழாக மாற்றிவிடுகிறது.

அவர்களுடைய அனுபவம் முற்றிலும் வேறாக இருக்கிறது. குடித்து விட்டு வரும் அப்பா. அம்மாவை கெட்ட வார்த்தைகளால் திட்டும் அப்பா, அம்மாவை மட்டுமல்ல, தன்னையும் அடிக்கும் அப்பா. கண்ணில் பட்டாலே திட்டுகிற அப்பா. எப்போதும் கேவலமாகப் பேசுகிற, மட்டம்தட்டுகிற அப்பா. முன்பு பார்த்த சூரிய நாராயணின் அப்பா போல. மகனுக்கு வேலை கிடைப்பதற்கு முன்னால் அவனை விரட்டிய அசிங்கப்படுத்திய அப்பாக்கள். இப்படிப்பட்ட அப்பாக்கள்மீது மகன்களுக்கு நிரந்தமாக மதிப்பு போய்விடுகிறது. வெறுப்பே மிஞ்சுகிறது.

தண்டனைகள் ஏன்? எதற்கு?

அப்பாதான் வீட்டிற்குப் பெரியவர். பெற்றவர். அவருக்கு எல்லா உரிமைகளும் இருக்கின்றன. அவர் மகனைக் கோபிக்கலாம், தண்டிக் கலாம். பிள்ளைகள் அவற்றைத் தவறாக எடுத்துக் கொள்வது இல்லை.

சரியாகவே புரிந்துகொள்வார்கள். கண்டிக்கிற அப்பாக்கள் மீது பயம்தான் வரும். இவையெல்லாம் ஓரளவிற்குத்தான். எதற்காக அப்பா கண்டிக்கிறார், தண்டிக்கிறார் என்பனவற்றையும் பிள்ளைகள் பார்ப்பார்கள். அவருடைய நோக்கம் என்ன? அதைப் பொறுத்தும் கருத்து மாறும். தான் தவறு செய்தால் அப்பா கண்டிப்பார், அடிப்பார் என்பது ஒருவிதம். அவரைத் தொந்தரவு செய்தால் கோபிப்பார், அடிப்பார் என்பது வேறு ஒரு விதம்.

செயலைப் பற்றிய கருது, செயலைக்காட்டிலும் நோக்கத்தை வைத்தே முடிவாகிறது. கொலைவழக்குகளில்கூட மோடிவ் என்ன என்று

பார்ப்பார்கள். அவருக்கு பிரச்சினை என்றால் தன்னை கோபிப்பார் என்பதை எப்படி வேறுபாடின்றிப் பார்க்கமுடியும்?

தன்னை அடித்துவிட்டு, தானும் அழும் அம்மாவைப் பார்த்து குழந்தைகள் கோபிப்பதில்லை. அவையும் அம்மாவுடன் சேர்ந்து அழும். அடித்தாலும் சிலர் நல்லவர் என்கிற எண்ணம் எப்படி வருகிறது? நோக்கங்களைப் புரிந்துகொள்வதால்தானே!

தவறான முன் உதாரணங்கள்

பள்ளிப்பருவத்தில் படித்த ஒரு கதை இது. அப்பா அம்மா பிள்ளை என்று மூவர் இருக்கிற குடும்பம் அது. பிள்ளைக்கு வயது குறைவு. மூன்றோ நான்கோ இருக்கலாம். அதே வீட்டின் பின்புறத்தில் ஒரு குடிசையில் அந்தப் பிள்ளையின் தாத்தா இருப்பார். தான் நல்ல வீட்டில் இருந்துகொண்டு தன் தந்தையை குடிசையில் இருக்கவைத்த மகன், தன் தந்தைக்கு சாப்பாடு போடுவதற்கென்றே ஒரு நசுங்கிய அலுமினியத் தட்டையும் வைத்திருப்பான். அப்பாவிற்கு மட்டும் அதில்தான் சாப்பாடு. இவற்றையெல்லாம் உன்னிப்பாக பார்த்துக்கொண்டிருந்திருக்கிறது அந்தச் சின்னப்பிள்ளை. ஒருநாள், அந்த வேறுபாடான தட்டைப் பற்றி அதன் அப்பாவிடம் கேட்டுக் கொண்டுவிட்டு, சொல்லியிருக்கிறது,

‘அப்பா அந்தத் தட்டை பத்திரமாக எடுத்து வை.’

அப்பாவிற்கு வியப்பு. ‘ஏன்டா மகனே?’

‘உனக்கு வயசான பிறகு நான் உனக்குச் சாப்பாடு போடணுமில்லியா. அதுக்குத்தான்.’

'சே! அப்பா அவருடைய அப்பாவை இப்படிச் செய்கிறாரே அம்மாவை இப்படி நடத்துகிறாரே' என்றெல்லாம் பிள்ளைகளுக்கு சிறிய வயதில் சொல்லத் தெரியாது. ஆனால் அவை அவற்றின் மனதில் கண்டிப்பாகப் பதியும். பின்னாளில் வளர்ந்தபிறகு அவற்றின் விளைவுகள் தெரியும். அப்பாவைப் பழிவாங்க வேண்டும் என்றெல்லாம் தோன்றாது. ஆனால் தன் அப்பாவை அப்படி நடத்துவது பெரிய தவறாகத் தெரியாது.

இந்தப் புத்தகத்திற்காக விவரங்கள் சேகரித்தபோது, பெங்களூரில் பணி செய்யும் ஒரு இளைஞன், கொஞ்சமும் சங்கடமோ குற்ற

உணர்வோ இல்லாமல் சொன்னான், 'என் பெற்றோரை ஓல்ட் ஏஜ் ஹோமில் விட்டிருக்கிறேன்.' விசாரித்தால் தெரிகிறது, அவன் வளர்ந்தது எல்லாம் பள்ளி ஹாஸ்டலில்!

அவர் மிகப்பெரும் சாதனையாளர். அவர் மட்டுமல்ல அவர் மனைவியும் சாதனையாளர். அவர்களுக்கு ஒரு மகன், ஒரு மகள்.

மகன் வளர்ந்து பெரியவனாகிவிட்டான். அவனுக்கு உதவியாக இருந்த ஒரு ஏழைப் பெண்ணைத் திருமணம் செய்துகொண்டுவிட்டான். தனியே குடியிருக்கிறான். அவன் எப்போதாவது அவன் பெற்றோர் வீட்டிற்கு வருவான். அவன் வாசலில் வரும்போதே அதை அங்கு பொருத்தப்பட்டிருக்கும் சிசிடிவி கேமரா மூலம் பார்த்துவிடும் தந்தை, பதட்டமாகிவிடுவார். தன் மேனேஜரை அழைத்து, 'அவனுக்கு எவ்வளவு வேண்டும் என்று கேட்டுக் கொடுத்து அனுப்பிவிடுங்கள்' என்பார்.

காரணம், அவன் அவரைப் பார்த்ததும் அவ்வளவு திட்டுவான். அவரைக் கண்டாலே அவனுக்குப் பொத்துக்கொண்டு வரும்! என்ன ஏது என்று விசாரித்தால் தெரியவந்தது, அவன் சிறுபிள்ளையாக இருந்தபோது பெற்றோர் இருவருமே அவரவர் வேலைகளில் வெகு பிசியாக இருந்திருக்கிறார்கள். மகனைக் கவனிக்கவேயில்லை. நேரமில்லை. அவனுடைய வசதிகளுக்குக் குறைவைக்கவில்லை. ஆனால்... அன்புக்கும் அரவணைப்புக்கும் அந்தப் பிள்ளை ஏங்கியிருக்கும் போல.

வேறு ஒரு தம்பதி. இருவரும் வெற்றிகரமான மருத்துவர்கள். தனி மருத்துவமனையே வைத்திருக்கிறார்கள். அவர்கள் பிள்ளைகள் அவர்களோடு சண்டையில்லை. வருவார்கள், பேசுவார்கள். ஆனால் ஒட்டுதல் அன்பு எல்லாம் கிடையாது. பக்கத்து வீட்டுக்காரர்கள் போல நடந்துகொள்வார்கள். இந்தப் பிள்ளைகள் சிறுவயதில் ஏக்கம் கொண்டவர்கள். பெற்றோரின் கவனிப்பும் அன்பும் கிடைக்கப் பெறாதவர்கள்.

அதிகார துஷ்பிரயோகம்

வருணுக்கு மேசைப் பந்து விளையாட்டின் (டி.டி) மீது அடங்காத ஆர்வம். அவன் மூன்றாம் நான்காம் வகுப்பு படிக்கும் நாட்களில்

இருந்தே விளையாடத் தொடங்கிவிட்டான். அவர்கள் வீட்டிற்கு அருகில் இருக்கும் ஒரு கிளப்பில் அல்போன்ஸ் என்று ஒரு மாஸ்டர் இருந்தார். அவருக்கு வருண்மீது நல்ல மதிப்பு. அவனுக்கு நன்றாக விளையாட வருகிறது என்று தெரிந்துகொண்டு அவனை நன்கு ஊக்கப்படுத்தினார். சென்னையில் இருக்கும் ஒரு கல்லூரியின் பெயரைச் சொல்லி, அங்கே நன்றாக விளையாடும் மாணவர்களுக்கு பி.காம்., பி.ஏ., போன்ற படிப்புகளுக்கு சீட் கொடுப்பார்கள் என்றார். அந்தக் கல்லூரியில் சேர்ந்துவிட்டால் பெரிய பந்தயங்களில் ஆடி, சிறந்த விளையாட்டு வீரனாகலாம் என்றார். வருணுக்கு அதுதான் வாழ்க்கை லட்சியமானது.

ஆனால், அவன் அப்பாவிற்கு அதில் விருப்பமில்லை. விளையாடி என்ன ஆகப்போகிறது என்றார். அவருடைய நண்பர்களின் பிள்ளைகளைப் போல வருணும், ஒரு பொறியியல் கல்லூரியில் சேரவேண்டும். வளாகத் (கேம்பஸ்) தேர்வில் பெரிய நிறுவன வேலை வாங்கி வாழ்க்கையில் செட்டில் ஆக வேண்டும் என்றார்.

வருணுக்கு அப்படிப்பட்ட படிப்பு படிப்பதில் விருப்பமேயில்லை. டி டி விளையாட்டில் ஒரு சேம்பியனாக வேண்டும் என்பதுதான் அவனது கனவு, லட்சியம். அவனுடைய மாஸ்டர், வருணுக்காக, அந்த சென்னை கல்லூரி முதல்வரிடம் பேசி வைத்திருந்தார். அவரே பி.ஈ. சேர்வதற்கான விண்ணப்பம் வாங்கி வந்து நிறைவு செய்து அவனிடம் கொடுத்தார். ஆனால் வருணின் அப்பா, அந்தப் படிப்பு வேண்டாம் என்றார். அவன் எவ்வளவு எடுத்துச் சொன்னாலும் கேட்க மறுத்தார். அவர் சொன்ன பொறியியல் கல்லூரி விண்ணப்பத்தை நிறைவு செய்ய வருண் மறுத்தபோது, தனது கடைசி ஆயுதத்தை எடுத்தார். அது, ‘நான் அப்பா சொல்றேன். அவ்வளவுதான். இதில் சேரு. அதில் வேண்டாம்.’ வேறு எதுவும் சொல்லவில்லை போய்விட்டார். அடுத்த நாள் வருணின் அம்மாவிடம் சொன்னார், ‘நான் பணம் கட்டணுமின்னா நான் இந்த கோர்ஸ்சுக்குத்தான் கட்டுவேன். அவன்கிட்ட சொல்லிடு.’

வருண் வேறு வழியின்றி இஞ்சினியரிங் படிப்பில் சேர்ந்தான். காலையிலே ஏழேகாலுக்குக் கிளம்பிப்போய் மாலை ஆறரை மணிக்குத் திரும்பி வந்தான். அவனுடைய டி.டி கனவு கரைய

ஆரம்பித்தது. அவனுக்குத் தோன்றியது இதுதான். அவன் அப்பா, அவனைப் பேச விடவில்லை. அவன் கருத்தைக் கேட்கவில்லை. அவர் அவன் நல்லதிற்கு என்று நினைத்தேகூட அதை அவர் செய்திருக்கலாம். ஆனாலும் அவர் கடைசியாகச் செய்தது அவரது அப்பா என்கிற அதிகாரத்தை அவன்மீது பிரயோகித்தது.

சம பலமில்லாத ஒருவன்மீது பலமிக்க ஒருவர் செய்த அதிகாரம்.

அன்புக்குக் கட்டுப்படும் மனிதர்களால் அதிகாரத்தை விரும்பி ஏற்றுக்கொள்ள முடியாது. அதிகாரம் என்பது விருப்பத்திற்கு எதிரானது. சக்தி இருப்பவர்கள் எதிர்ப்பார்கள். இல்லாதவர்கள் வேண்டாவெறுப்பாகக் கீழ்ப்படிவார்கள்.

பல சமயங்களில் நாம் அப்பாவாக இருக்கிற காரணத்தால் நாம் சொல்வதை நம் பிள்ளைகள் கேட்கவேண்டுமென்கிறோம். வலியுறுத்தல், கட்டாயப்படுத்துதல், திணித்தல் எல்லாம் செய்கிறோம்.

நம்மைவிட வயது குறைந்தவர், நம்மை நம்பி இருப்பவர், நம்மை எதிர்பார்த்து எல்லாம் செய்யவேண்டியவர், அவரிடம் இப்படித்தானென்று நாம் அதட்டினால் அவரால் அவரது விருப்பத்தை நிறைவேற்றிக்கொள்ள முடியுமா? இதுகூட ஒருவிதத்தில் வன்முறை தானே! பல அப்பாக்கள் தங்கள் மகன்களிடம் செய்வது இதைத்தானே! வன்முறை செய்பவரை விரும்புவது கடினம் அல்லவா?

எவர் சரி?

முன்பெல்லாம் அப்பாதான் குடும்பத்திலேயே உயரமானவர் போல. அவர்தான் குடும்பத்தின் கண் போன்றவர். வெளி உலகத்தில் அவர் பார்ப்பதைப் புரிந்துகொள்வதை வீட்டுக்குச் சொல்வார். கேள்வி கேட்பாரில்லாமல் மகன் உட்பட எல்லோரும் கேட்டுக் கொள்வார்கள். ஆனால், இப்போது தகவல் தொழில்நுட்பப் புரட்சியால் நிலைமை மாறியிருக்கிறது. இருபது முப்பது ஆண்டுகளுக்கு முன் இருந்த நிலை வேறு. அப்போதெல்லாம் ஒருவர் அனுபவப்பட்டே பலவற்றையும் தெரிந்துகொள்ள முடியும். அதற்கு வயதாக வேண்டும்.

அதனால் சின்னப் பிள்ளைகள், பெற்றோர் மற்றும் பெரியவர்கள் சொல்வதை அதிலும் குறிப்பாக அப்பா சொல்வதைக் கட்டாயம் கேட்டுக்கொள்ளவேண்டிய நிலை இருந்தது.

இன்பர்மேஷன் ஏஜ் எனப்படும் இந்தக் காலத்தில் தகவல் என்பதும் அறிவு என்பதும் அனுபவத்தால் மட்டும் பெறவேண்டியதில்லை. குறுகிய காலத்திலேயே, பல ஆண்டு அனுபவம் தரும் திறன்களை ஒருவரால் பெறமுடிகிறது.

'அப்பாவிற்குத் தெரியும்'. 'அப்பா சொன்னால் அதுதான் சரியாக இருக்கும்'. 'அப்பா சொல்லை மறுக்கக் கூடாது' என்றெல்லாம் இருந்த நிலைகள் இவற்றால் உடைந்துபோய்விட்டன. மகனுக்கும் தெரிகிறது. மாறிவிட்ட தொழில்நுட்ப உலகில் சில விஷயங்களில் மகன்களுக்குக் கூடுதலாகவே தெரிகிறது.

வேறுபாடுகள் காட்டும் பெற்றோர்

என் மகனின் நண்பன் ஒருவன் இருந்தான். ஆமாம் இருந்தான் தான். இப்போது அவன் இல்லை. அவனே அவன் வாழ்க்கையை முடித்துக் கொண்டு விட்டான். காரணம், அவன் அப்பா என்றே சொல்லலாம். அவனுக்கு ஐந்து ஆண்டுகளுக்குப் பிறகு பிறந்தவள் அவன் தங்கை நந்தினி. அதற்கு பிறகு அவனுடைய அப்பா சுத்தமாக மாறிப்போனார். அவருடைய கடுமையான உழைப்பால் செழிப்பான வியாபார வெற்றிக்குக் காரணம், அவரது மகள் நந்தினிதான் என்றார்.

லோன் போட்டே பிளாட் வாங்கினார். ஆனால் நந்தினி பிறந்த நல்ல வேளையினால்தான் சொந்தவீடு வாங்க முடிந்தது என்று அக்கம்பக்கமெல்லாம் தம்பட்டம் அடித்தார். அலுவலகம் போகும் முன் தூங்கினாலும் மகளை எழுப்பிக் கொண்டு வந்து டாட்டா காட்டச் சொல்வார். அவர் தன் மனைவியின் நகைகளை விற்று அந்தப் பணத்தில் தொடங்கிய புதிய கடைக்கு நந்தினி டெக்ஸ்டைல்ஸ் என்று பெயரிட்டார். மொத்தத்தில், அவருக்கும் அவர் குடும்பத் திற்கும் வந்த அனைத்து நன்மைகளுக்கும் மகள் நந்தினியே காரணம் என்றார். மகளை ஓரேயடியாகக் கொண்டாடினார்.

கோபாலுக்கும் தொடக்கத்தில் தங்கை நந்தினி மீது பிரியமாகத்தான் இருந்தது. ஆனால் அப்பா எல்லாவற்றுக்கும் நந்தினி நந்தினி என்றே சொல்ல, அவனால் தாங்கிக்கொள்ள முடியவில்லை. பொறுத்துப் பொறுத்துப் பார்த்தான். முடியவில்லை. ஒருநாள் யாரும் இல்லாத நேரம் அவளை நறுக்கென்று கிள்ளி விட்டான். தொடையில் ரத்தம்

கட்டிக்கொண்டுவிட்டது. நந்தினி கத்தித் தீர்த்துவிட்டாள். அம்மா வெந்நீர் ஒத்தடம் கொடுத்தார்கள். பின் குழந்தை தூங்கிப்போனாள்.

இரவு வீட்டுக்கு வந்த அப்பாவிடம், அம்மா இந்தச் சம்பவத்தை மறைத்துவிட்டார். ஆனால் மறுநாள் பக்கத்து வீட்டுக்கார அம்மாள் விசாரிக்க வந்தபோது, அப்பாவிற்கு விஷயம் தெரிந்துவிட்டது. அவ்வளவுதான். பள்ளிக்கூடத்திற்குக் கிளம்பிக்கொண்டிருந்த கோபாலை அப்படியே தூக்கினார். தரையில் எறிந்தார், மிதித்தார். கண்மண் தெரியாமல் அடித்தார். அம்மாவும் அந்தப் பக்கத்து வீட்டுக்கார அம்மாளும் எவ்வளவோ தடுத்தும் கேளாமல் அவனை, ‘அவளை எப்படிடா நீ கைநீட்டி அடிக்கலாம்? தொடையே கன்னிபோற மாதிரி கிள்ளியிருக்க. என்ன தைரியம் உனக்கு?. நம்ம வீட்டு மகாலக்ஷ்மிடா அவள். கையெடுத்துக் கும்பிடணுமடா நீ. ஆனா நீ என்னடான்னா!' என்று கேட்டபடி அடிஅடியென்று அடித்து, அவனைக் கும்பிடவும் வைத்திருக்கிறார்.

அடிகொடுத்து ஓய்ந்தபின் அவன் அப்பா போனதும் அம்மா அவனைக் கட்டியணைத்து அழுதிருக்கிறார்கள். அப்போது அவன் சொல்லியிருக்கிறான், 'நான் தங்கச்சி பாப்பாவைக் கிள்ளியது தப்பு தாம்மா. எனக்கு அடிகொடுக்கத்தான் வேணும்மா. ஆனா அப்பா பாருங்க அவ மகாலக்ஷ்மிங்கிறார். என்னைப் போய் அவளை கும்பிடச் சொல்லுறார்ம்மா' விம்மி அழுதிருக்கிறான். அழுதழுது முகம் வீங்கிவிட்டது.

இரவு வீட்டில் எல்லோரும் தூங்கிய பிறகு வீட்டுக்கு வெளியில் தூக்கு மாட்டிக் கொண்டுவிட்டான்.

‘அவனைப் பார் எப்படிப் படிக்கிறான்! நீயும் இருக்கிறாயே.’ பெரியவன்தாங்க நல்லா படிப்பான். இவன் சுமார்.

‘அவன் நல்ல வளர்த்தியா அவங்க தாத்தா மாதிரி இருப்பான். இவன் எப்படி வந்து எங்க வீட்டில் பிறந்தானோ தெரியவில்லை’ என்றெல்லாம் சில அப்பாக்கள் சொல்வதை நீங்களும் கேட்டிருக்கிறீர்கள்தானே!

மதிப்பு

பெற்றவர்களே ஆனாலும் அவனைவிட வயது எவ்வளவு கூடுதலாக இருந்தாலும் அவன் மதிப்பை எதிர்பார்க்கிறான்.

என் உறவினர் ஒருவர், அவருடைய மகனை வாங்க போங்க என்றுதான் அழைப்பார். மகனுக்கு வயது ஐந்திற்கும் குறைவு. அவர் அப்படி அழைக்கிற காரணத்தால் அவனுக்கே அவன்(ர்) மீது மதிப்பு வருகிறது. அதனால் அவரும் மற்றவர்களை அப்படியே மரியாதையுடன் அழைக்கிறார். தொடங்கி வைத்தது அப்பா.

மதிப்பு என்பது, 'வாங்க போங்க' என்று பேசுவதில் மட்டும் இல்லை. மதித்துப் பேசுவது. வைத்துப் பேசுவது. தகவல் தெரிவிப்பது. ஆலோசனைகள் கேட்பது. இவற்றை எல்லாம் பிள்ளைகள் அதிலும் குறிப்பாக மகன்கள் எதிர்பார்க்கிறார்களோ இல்லையோ, கிடைத்தால் பெரிதும் மகிழ்கிறார்கள்.

அவர்களுக்கும் தெரியும் என்று நினைப்பது. அவர்கள் சொல்வதிலும் நியாயமிருக்குமென்று எண்ணுவது. அவர்கள் விருப்பங்களுக்கும் முக்கியத்துவம் கொடுக்கவேண்டும் என்று செயல்படுவது. இவையெல்லாம் மதிப்பைக் காட்டும் வழிகள்.

நோக்கங்களைச் சந்தேகிப்பது

இரண்டு குடித்தனக்கார அம்மாக்கள் வாய்ச்சண்டை போட்டுக் கொண்டிருந்தார்கள். விஷயம் இதுதான். தான் குளித்துக்கொண்டிருந்த போது, பக்கத்துவீட்டுப் பையன் எட்டிப் பார்த்தான் என்பது ஒரு பெண்மணியின் குற்றச்சாட்டு. 'இருக்கவே இருக்காது. என் பையன் ஒருநாளும் அப்படிச் செய்யமாட்டான்' என்று பதிலுக்குக் கத்திக் கொண்டிருந்தார் அவனது அம்மாவான மற்றொரு பெண்மணி.

தன் நண்பன்தான் அங்கே ஒளிந்துகொண்டிருக்கிறான் என்று நினைத்தே, தான் எட்டிப் பார்த்ததாக அந்தப் பையன் சொல்லிக் கொண்டிருந்தான். அப்போது, அலுவலகத்தில் இருந்து சைக்கிளில் வந்திறங்கிய அந்தப் பையனின் அப்பா அதிக நேரம் அந்த விஷயத்தைக் கேட்டுக்கொள்ளவில்லை. என்ன நினைத்தாரோ, அம்மாவின் பக்கத்தில் நின்றுகொண்டிருந்தவனை, பளார் என்று கன்னத்தில் அறைந்தார். ‘எனக்குன்னு வந்து பொறந்திருக்கு பாரு, தறுதலை’ என்றார். அடிதாங்காமல் அவன் கீழே விழ, அதோடு கூச்சல் போட்டுக்கொண்டிருந்த அம்மாள் பேச்சை முடித்துக்கொண்டு அவர்கள் வீட்டிற்குள் ஓடிப்போய் கததவைச் சாத்திக்கொண்டுவிட்டார்.

ஈரத்தரையில் இருந்து தடுமாறி எழுந்தபடி ‘இல்லைப்பா...’ என்று ஏதோ சொல்லத் தொடங்கியவனை மீண்டும் அடித்து, ‘உன்னைத் தெரியாதா? நீ செய்திருப்படா’ என்று கத்தியபடியே அவனைக் காலால் ஒரு உதைவிட்டார். வீட்டிற்குள் போய்விட்டார். உடன் கதவையும் அறைந்து சாத்திக்கொண்டு விட்டார்.

அவன் உண்மையில் எதற்காக எட்டிப்பார்த்தான் என்பது அவன் அம்மா அப்பா இருவருக்குமே தெரியாது. ஆனால், அவன் அம்மா அவன் அப்படிச் செய்திருக்கமாட்டான் என்று நம்பினார். அவன் அப்பா நம்பவில்லை. மகன்தான் என்றில்லை. எந்த மனிதருக்கும் அவருடைய செயல்களின் நோக்கங்களைச் சந்தேகித்தால் வருத்தமே ஏற்படும். செயல் தவறாக அமையலாம். அதைத் திருத்திக்கொள்ள முடியும். அது தற்செயல். திட்டமிட்டது அல்ல. ஆனால் நோக்கங்கள் என்பது தனி மனிதன் பற்றியது. அவன்மீது தீர்ப்பு சொல்வது போன்றது.

தன் லாபங்களுக்காகப் பயன்படுத்திக்கொள்ளுவது அப்பாவே ஆனாலும் அவரும் மனிதர்தான். மனிதர்களில் பலவகையினர் உண்டே. சிலர் எப்போதும் தங்கள் நலனிலேயே குறியாக இருப்பார்கள். சிறிய வயதில் அவர்களுடைய பெற்றோர் அவர்களுக்கு உதவியிருப்பார்கள். பின்பு மனைவி தன் பின் பிள்ளைகள் என்று எவரையாவது தங்கள் நலனுக்காக, சுகத்திற்காக, வசதிகளுக்காக பயன்படுத்திக்கொண்டே இருப்பவர்கள் உண்டு.

இந்த வகை மனிதர்கள் ஒருபோதும் தங்கள் வசதிகளைக் குறைத்துக்கொள்வதில்லை. சுற்றியிருப்பவர்களின் நிலைமைகள் எப்படியிருந்தாலும் சரி. இவர்களுடைய நலனே முக்கியம்.

‘வறுமையின் நிறம் சிவப்பு’ என்று ஒரு திரைப்படம். பாலச்சந்தர் அவர்கள் இயக்கியது. ஒருவிரல் கிருஷ்ணராவ் அந்தத் திரைப்படத்தில் பொறுப்பற்ற குடும்பத்தலைவனாக ஒரு கதாபாத்திரத்தில் நடிப்பார். அவர் வீட்டில் ஒருவர் இறந்திருப்பார். இவர் வருவார்.

பலரும் அழுதுகொண்டிருப்பார்கள். வீட்டிற்குள் போவார். அங்கே சமைத்த சாப்பாடு அப்படியே இருக்கும். ‘அட! சாப்பாடு’ என்று போய் உட்கார்ந்துவிடுவார். பெரிய அப்பளம் ஒன்றினை இடது கையில் பிடித்தபடி மடமடவென்று ஆவலாகச் சாப்பிடுவார்.

அவர்கள் தெரிந்து செய்கிறார்கள் என்று சொல்ல முடியாது. அப்படி இருக்கிறோம் என்கிற கவனம் இல்லாமல் இருக்கிறார்கள்.

எப்போதும் தங்கள் நலனை விடுவதில்லை. தங்களைச் சுற்றியே மற்றவர்களின் உலகங்களும் இருக்கவேண்டும் என்று விரும்புபவர்கள். எப்போதும் அதைப் பற்றியே பேசுபவர்கள். கவலைப்படுபவர்கள். அதற்காகக் கொஞ்சமும் யோசிக்காமல் வருத்தப்படாமல் தங்கள் மகனையும் பயன்படுத்துபவர்கள்.

கட்சி சாராமல் பார்த்தால்...

மகன் பக்கத்து நியாயங்கள், காரணங்கள் ஒருபுறம். அப்பா பக்கத்து காரணங்கள் மறுபுறம். இடைவெளிகளுக்கு இவை மட்டுமே காரணங்களா? இவை தவிர இன்னும் சிலவும் இருக்கின்றன. சூழ்நிலைகள் சமூகத்தின் பழக்கங்கள், பொருளாதாரம் இப்படிப் பல.

அப்பா என்ற ரோல்

அலுவலகங்கள், நிறுவனங்கள், அமைப்புகள் போன்றவற்றில் அவற்றில் பணிபுரியும் ஊழியர்கள் ஒவ்வொருவருக்கும் தனித்தனி ரோல்கள் உண்டு. ரோல் என்றால் பொறுப்பு மற்றும் வேலை. உதாரணத்திற்கு, கல்விக்கூடங்களில் ஒருவருக்கு தலைமை ஆசிரியர் என்கிற ரோல். ஒரு சிலருக்கு ஆசிரியர் என்கிற ரோல். வேறு சிலருக்கு உதவியாளர்கள் என்கிற ரோல். இப்படியாக எந்த இடத்தில் பணி செய்பவராக இருந்தாலும் அவர்களுக்கென்று ஒரு பொறுப்புண்டு. தமிழில் 'பாத்திரம்' என்று சொல்லலாம். ஒவ்வொரு பாத்திரத்திற்கு என்றும் பொறுப்புகளும் அவற்றை நிறைவேற்ற உதவியாகச் சில அதிகாரங்களும் உண்டு.

குடும்பம் என்பதும் ஒரு அமைப்பு. அதில் அப்பா என்பது ஒரு பாத்திரம், ஒரு ரோல். அம்மா, கணவன், மனைவி, பிள்ளைகள் போன்றே இந்தப் பாத்திரத்திற்கு என்றும் சில பொறுப்புகளும் கடமைகளும் உண்டு. அவற்றை நிறைவேற்றுவதற்காக, அவருக்கு உரிமைகளும் அதிகாரங்களும் தவிர சில சலுகைகளும் உண்டு.

மகன் மகள் என்கிற தன் பிள்ளைகளை பொறுத்தவரை அப்பா என்கிற பாத்திரத்திற்கு இருக்கும் பொறுப்புகளும் கடமைகளும் பின்வருமாறு:

அப்பாவின் பொறுப்புகள்

- மகனைச் சரியாக வளர்க்க வேண்டும்.
- நன்கு படிக்க வைக்க வேண்டும்.
- பலவற்றையும் எடுத்துச் சொல்லிப் புரியவைக்க வேண்டும்
- அவன் தவறான வழிகளில் போய்விடாமல் பார்த்துக்கொள்ள வேண்டும்.
- முக்கிய முடிவுகள் எடுக்க அவனுக்கு உதவ வேண்டும்.
- அவனுக்கு அன்பாகவும் ஆதரவாகவும் இருக்க வேண்டும்.
- மகனுடைய அன்புத் தேவைகளை நிறைவு செய்யவேண்டும்.

அப்பாவின் அதிகாரங்கள்

- மகன் என்ன செய்யலாம் என்ன செய்யக்கூடாது என்று சொல்லும் உரிமை உண்டு.
- மீறினால், அவனைக் கண்டிக்கலாம்.
- தேவைப்பட்டால் தண்டிக்கலாம்.
- அவரை மீறி எவரும் ஏதும் செய்துவிட முடியாது. பலவற்றுக்கும் அனுமதி கொடுக்கும் அதிகாரம் அவருக்கு மட்டுமே உண்டு.
- அவர் கொடுத்தால்தான் பணம்.
- (மைனர்) மகனுக்காக அவரே முடிவுகள் எடுக்கலாம் (பவர் ஆப் அட்டார்னி வைத்திருப்பவர் போல)

சில அப்பாக்கள் தங்களுக்கு இருக்கும் பொறுப்புகளுக்கு முக்கியத்துவம் கொடுப்பார்கள். அவற்றைக் குறைவராமல் நிறைவேற்று வதற்காகப் பாடுபடுவார்கள், தங்கள் சௌகரியங்கள் சுகங்களை தியாகம் கூட செய்வார்கள்.

வேறு சிலர் தங்கள் பொறுப்புகளைச் சரியாகச் செய்யாமல் விட்டு விடுவார்கள். அதற்கு முக்கியத்துவம் கொடுக்கமாட்டார்கள்.

இன்னும் சிலர் பொறுப்புகளைச் செய்யாமல் விடுவது தவிர, அதிகாரங்களை மட்டும் பயன்படுத்துவார்கள். நியாயமான அதிகாரங்களைவிடக் கூடுதலாகப் பிரயோகிப்பார்கள். எல்லைகூடத் தாண்டுவார்கள்.

எல்லா அப்பாக்களும் ஒன்றுபோலில்லை. ஒவ்வொருவர் ஒவ்வொருவிதமாக செய்வார்கள். யார் எப்படிச் செய்கிறார்கள் என்பது அவரவர் பர்சனாலிட்டிகள் (குணாதிசயம்) மற்றும் மதிப்பீடுகளைப் பொறுத்தது. தவிர, அவர்களின் புரிதல்களையும் பொறுத்தது.

பிள்ளைகளின் நிலை

- உடல்ரீதியாக அடுத்தவர் மீது சார்ந்திருக்கும் நிலை
- உலகம் என்றால் என்ன என்று சரியாகத் தெரியாது
- அதிகம் முயற்சித்துப் பார்க்காததால், ஏற்படுகிற பயம் (பியர் ஆப் அன்நோன்)
- எல்லாவற்றுக்கும் குடும்பத்தின் மீது சார்ந்திருக்கும் நிலை
- பெற்றவர்கள் மீது அன்பும், அவர்களிடம் எதிர்பார்ப்பும்
- பெற்றவர்களும் வீட்டில் உள்ள ஏனைய மனிதர்களும் செய்வதை ஏற்றுக்கொள்ளும் மனநிலை
- உலகத்தில் காணுகிற பலரையும்போலத் தானும் செய்ய வேண்டும், இருக்க வேண்டும், புகழ், செல்வாக்குப் பெறவேண்டும் என்கிற நினைப்புகள்

'ரோல்' - 'ரோல் ஓவர் லேப்'

எவருக்குமே வாழ்க்கையில் ஒன்றுக்கும் மேற்பட்ட ரோல்கள் இருக்கும். அப்பா என்பது ஒரு ரோல்போல, கணவன் என்று ஒரு ரோல். தன்னுடைய பெற்றோருக்கு மகன், சிலருக்கு சகோதரன், அலுவலகத்தில் ஊழியன் அல்லது மேலாளர். சிலர் ஆசிரியர்கள், சிலர் போலீஸ்காரர்கள், சிலர் நீதிபதிகள். ஆக இப்படியாக எவருக்குமே ஒன்றுக்கும் மேற்பட்ட பொறுப்புகள் இருக்கின்றன.

யார் எந்த ரோலை முக்கியமாக எடுத்துக்கொள்கிறார்கள் என்பதில் இருக்கிறது சூட்சுமம். சிலர் மிகச் சிறந்த ஆசிரியர்களாக இருப்பார்கள். நாம் முன்பு பார்த்த ஒரு அப்பா (வட்டம் போட்டு நிற்கச் சொன்னால் நிற்க வேண்டும், அவரோடு விடிகாலையில் எழுந்து வயலுக்குப் போக வேண்டும் என்றெல்லாம் எதிர்பார்த்த அப்பா) அப்பா என்கிற ரோலின் தராசில் எடை குறைவானவர். அவருக்கு மதிப்பெண்கள் அதிகமில்லை. ஆனால் அவரே ஒரு அதிகம் படிக்காத தனிநபராகப் பார்க்கப்படும்போது உயர்ந்தவராகி

விடுகிறார். அவர் படித்திருந்தது அப்போதைய 11வது (எஸ்.எஸ்.எல்.சி. தான்) ஆனால் அவர் அவருடைய அலுவலகத்தில் மிகச் சிறந்த திறமையான ஊழியர். தொழிற்சாலையில் பணிபுரிந்தாலும் மிகச் சிறந்த விவசாயியும்கூட. அதற்காக விருது வாங்கியவர்.

அவருக்கு எந்த ரோல் முக்கியம் என்பதில் அவர் தெளிவாக இருந்திருக்கிறார். அவர் ஒரு சிறந்த திறமையான மனிதர் என்பதில் அவருக்குப் பெருமிதம் இருந்திருக்கிறது. அவர் அதை இழக்கத் தயாரில்லை. அதற்காக அவர் மற்றவற்றை இழக்கச் சம்மதம்.

மனைவியை, வீட்டை, பிள்ளைகளைக் கவனிக்க நேரம் இல்லாமல் சில குடும்பத் தலைவர்கள் ஓடிக்கொண்டேயிருப்பதற்கு இதுதான் காரணம்.

தான் நேர்மையானவன் என்பதில் சிலருக்குப் பெருமிதம். அதுதான் அவர்களின் அடையாளம் என்று நினைப்பார்கள். அதன் முக்கியத்துவத்திற்கு முன்னால், அவர்களுக்கு மகனின் தேவைகள் அவசியங்கள் சாதாரணமாகிவிடும்.

இராமாயணத்தில் தசரத மகாராஜாவின் மூத்த குமாரன் ராமனுக்கு நாட்டின் அரசபதவி கொடுக்கப்படும் நேரம். முடிசூட்டு விழா ஏற்பாடுகள் நடக்கின்றன. அபோது கூனி சொல்லிக்கொடுத்து தசரதரின் மற்றொரு மனைவியான கைகேயி, ராமன் காட்டிற்குப் போக வேண்டும், தன் மகன் பரதன் அரசராக வேண்டும் என்று தசரதரிடம் கேட்பாள். அவர் இதற்குச் சம்மதிக்கத்தான் வேண்டும், காரணம் தசரதர் ஏற்கனவே, கைகேயிக்கு இரண்டு வரங்களைக் கேட்கும்போது கேட்பதைக் கொடுப்பதாக வாக்களித்துள்ளார்.

தனக்கு மிகவும் பிடித்த மகன்தான். அரசு பதவிக்கு முதல் உரிமை உள்ளவன்தான். ஆனாலும் தசரதர் இறுதியாக, கைகேயியின் விருப்பத்திற்கு உடன்படுவார். காரணம் அவர் வாக்குத் தவற விரும்பாததுதான்.

சின்னம்மா சொன்னதையே அப்பா சொன்னதாக ஏற்றுக்கொண்டு, ‘அதற்கென்ன?’ என்று காட்டிற்குச் சென்றவர் ராமன். ராமன் நல்ல மகன்தான். ஆனால் தசரதர் நல்ல அப்பாவா? என்கிற கேள்வி இருந்துகொண்டேதான் இருக்கிறது.

‘ரோல் கிளாஷ்’

திருச்சி பெல் நிறுவனத்தில் மனமகிழ் மன்றம் என்று ஒரு அமைப்பு உண்டு. அதன் மேடையில் நான், அப்போது பிரபலமாக இருந்த வார்த்தை விளையாட்டு என்கிற போட்டியை நடத்துவது உண்டு. பள்ளி மாணவ மாணவியர் தவிர பெரியவர்களும் போட்டிகளில் கலந்துகொள்வார்கள். ஐந்தாயிரம் குடியிருப்புகளைக் கொண்ட டவுன்ஷிப் என்பதால், கலந்துகொள்கிறவர்கள் எண்ணிக்கை மிக அதிகமாக இருக்கும். போட்டியை நடத்தும் நான் மேடையின் நடுவில் மைக்குடன் நிற்க, கலந்துகொள்ள விரும்புபவர்கள் வரிசையில் வருவார்கள். வருகிற எல்லோரையும் மிகச் சுலபமாக நான் என் கேள்விகள் மூலம் மடக்கி அவுட் ஆக்கிவிடுவேன்.

ஒருவர் தொடர்ந்து அவுட் ஆகாமல் சமாளித்துப் பேசுவது என் கேள்விகளையும் பொறுத்தது. அவுட் ஆனவர்கள் அவர்களுக்கு நான் கடினமாகப் போட்டியை நடத்தியதாகவும் வெற்றிபெற்ற சிலருக்கு நான் சுலபமான கேள்விகளையே கேட்டதாகவும் ஒரு சிலர் குற்றம் சொல்வதுண்டு. அதனால் நான் மேலும் கவனமாகவே எல்லோருக்கும் ஒரேபோலக் கடினமாகவே கேள்விகள் கேட்பேன்.

ஒருமுறை போட்டி நடத்தியபோது என் பெரிய மகன் அப்போது ஐந்தாவதோ ஆறாவதோ படித்துக்கொண்டிருந்தவன், பெயர் கொடுத்து விட்டு வரிசையில் நின்றான். நான் அவனைக் கவனிக்கக்கூட இல்லை. அவன் முறையின்போது என்னெதிரே வந்து நின்றதும்தான் பார்த்தேன். எல்லோரையும் கேட்பதுபோல அவனையும் விறுவிறுவென்று சில கேள்விகள் கேட்க, அவன் ஒற்றை வார்த்தையில் எதற்கோ பதில் சொல்லிச் சீக்கிரமே அவுட் ஆகிவிட்டான். விறுவிறுவென்று இறங்கிப் போய்விட்டான், வீட்டிற்கே!

வீட்டிற்குப் போனதும் என்னோடு சரியாகப் பேசவில்லை. அப்பா என்னை அவுட் ஆக்கிவிட்டார் என்றே என் மனைவியிடம் சில நாட்கள் சொல்லிக்கொண்டிருந்திருக்கிறான். நான் அங்கே அந்தச் சின்னப் பையனின் பிரியமான அப்பாவாக நடந்துகொள்ளவில்லை. ஒரு விருப்பு வெறுப்பற்ற, போட்டி நடத்துபவராக நடந்துகொண்டு இருக்கிறேன். அப்பா என்கிற ரோலுக்கும், ஒரு போட்டி நடத்துபவர்

என்கிற ரோலுக்குமான மோதல் - ரோல் கிளாஷ் நடந்திருக்கிறது.

இவர் வேறு ஒரு அப்பா. இவரும், இவருடைய 'எடுத்துக் கொண்ட வேலையில்' கவனமாக இருந்தவர். மகன் மனதைப் புரிந்து கொள்ளாமல் விட்டவர். இவருடைய மகன் இன்று முக்கிய படைப்பாளிகளில் ஒருவர். மகன் ஒருமுறை என்னிடம் சொன்னார்,

'என் அப்பாதான் ஸ்கூல் ஹெட்மாஸ்டர். நான் சின்னப் பையனாக அதே பள்ளியில் ஐந்தாவதோ ஆறாவதோ படித்துக் கொண்டிருந்தேன். விளையாட்டுப் பிள்ளையாக குறும்பு செய்பவனாக நான் இருந்தேன். மதிய உணவுத்திட்டத்திற்குப் பொறுப்பாக இருந்த ஒரு ஆசிரியை முழுகாமல் இருந்த நேரம். பிள்ளைத்தாச்சியாக வயிற்றைத் தள்ளிக்கொண்டு அவர் நடந்து வருவதும் போவதும் எனக்குப் பெரிய வேடிக்கையாக இருந்திருக்கிறது. அந்த வயதிலேயே சுமாராகச் சித்திரங்கள் வரையக்கூடிய திறமை எனக்கு இருந்திருக்கிறது.

ஒருநாள் மாலை விளையாடி முடித்துவிட்டு வீட்டிற்குக் கிளம்பும் நேரம் காலில் தட்டுப்பட்ட ஒரு கரிக்கட்டையால் சுவரில் எதையோ எழுதப் போன நான், வயிறு முன்தள்ளிய ஒரு பெண்மணியின் உருவத்தை வரைந்தேன். அதோடு நிற்கவில்லை. மதிய உணவிற்குக் கொடுக்கப்படும் அரிசி போன்றவை இங்கே என்று எழுதி வயிற்றுப் பக்கம் அம்புக்குறியும் போட்டிருக்கிறேன். யாரும் பார்க்கவில்லை. வீட்டிற்கு ஓடியேவிட்டேன்.

மறுநாள் அந்தப் படத்தைப் பார்க்காதவர்கள் குறைவு. பலரும் கேலியாகச் சிரிக்க, அந்தக் குறிப்பிட்ட ஆசிரியை மனமுடைந்து போனார். உடனே விடுப்பு எழுதிக்கொடுத்துவிட்டு வீட்டிற்குப் போய்விட்டார். யார் வரைந்தது என்று எல்லோரும் ஆராய, விசாரிக்க, எங்கே என்னைக் கண்டுபிடித்துவிடுவார்களோ என உள்ளுக்குள் பயந்துகொண்டிருந்தேன்.

மறுநாள் காலையில் அசெம்பிளி. முகத்தில் கடுமையுடன் தலைமையாசிரியரான என் தந்தை நின்றுகொண்டிருந்தார். 'யார் செய்தது என்பதை நான் கண்டுபிடித்துவிட்டேன்' என்றார். யார் யார் என்கிற பரபரப்பு அங்கே எழுந்தது. எனக்கு வியர்த்தேவிட்டது.

நான் பயந்ததுபோலவே, மிகச் சரியாக அவர் என் பெயரைச்

சொல்லி அழைத்தார். நடுங்கியபடியே போனேன். அசெம்பிளியில் வைத்து அறுநூறு மாணவ மாணவிகள் பார்க்க, என்னை பிரம்பால் அடித்து நொறுக்கினார். அய்யோ அய்யோ என்று நான் கதறக் கதற அவர் விடவேயில்லை. நான் வழக்கமாகச் சின்ன 'ரி'க்கு பதிலாக போடும் பெரிய'றி'யை வைத்துக் கண்டுபிடித்திருக்கிறார்.

அவர் ஒரு சிறந்த நேர்மையான கண்டிப்பான ஆசிரியர் என்பது மீண்டும் ஒருமுறை நிரூபணம் ஆனது. ஆனால் ஒரு மகனாக என்னால் என் அப்பாவை மன்னிக்க முடியவில்லை.

இந்த சம்பவத்திற்கு முன்பும்கூட இதேபோன்றதொரு மறக்கமுடியாத சம்பவம் நடந்திருக்கிறது. அப்போது நான் மூன்றாம் வகுப்பு படித்து கொண்டிருந்தேன்.

ஒரு விடுமுறை நாள் மதியம் நான் பள்ளிக்கூடத்து மதில் சுவர் மீது தாவி ஏறி உட்கார்ந்திருக்கிறேன். கையில் கீழே கண்டெடுத்த ஒரு தீப்பெட்டி. பெட்டியின் இருபுறமும் கரும்பழுப்பு நிறத்தில் மருந்து தடவிய மொரமொரப்பான தாள்கள். குச்சிகளின் மீதிருந்த திரட்சியான மருந்து கொண்டையை அதில் உரசியபோது 'ஸ்ஸ்க்' என்பது போன்ற சத்தத்துடன் கிளம்பிய நெருப்பு என்னிடம் ஒருவித கிளர்ச்சியை உண்டாக்கியிருக்கவேண்டும். ஒவ்வொரு குச்சியாக, தீபாவளி மத்தாப்புப்போல கொளுத்திப் போட்டுக் கொண்டிருந்த எனக்கு, என்ன காரணத்தினாலோ, வேறு ஏதேனும் செய்துபார்த்தால் என்ன என்று தோன்றியிருக்க வேண்டும். இல்லாவிட்டால் ஏன், கொளுத்திய அடுத்த குச்சியை கைக்கெட்டும் தூரத்தில் இருந்த வீட்டுக்கூரையின்மீது எறியவேண்டும்? காய்ந்து சறுகாக இருந்த அந்தக் கூரை சீக்கிரமே கொழுந்துவிட்டு எரிய, பயந்துபோய் கீழே குதித்து வீட்டிற்கு ஓடிவிட்டேன்.

மறுநாள் பள்ளிக்கூடத்திற்கு வந்த அந்த வீட்டின் சொந்தக்காரரிடம் என் அப்பா 350 ரூபாய் கொடுத்திருக்கிறார். 'வைத்துக் கொள். வேறு கூரை போட்டுக்கொள்' என்று சொல்லியிருக்கிறார். அவரது ஒரு மாதச் சம்பளத்தைவிட அந்தத் தொகை அதிகம். ஆனால் அவர் என்னைக் காட்டிக்கொடுக்கவில்லை. அடிக்கவும் இல்லை. மூன்று நாட்கள் கழித்துதான் எனக்கே, செய்தது நான்தான் என்கிற விஷயம் அவருக்குத் தெரியும் என்கிற தகவல் தெரியும். அழைத்தார்,

மடிமீது அமர்த்திக்கொண்டார். தீப்பெட்டி என்ன செய்யும் என்று மெதுவாக விளக்கினார். சரி, இனி இதுபோல செய்யாதே என்று மட்டும் சொல்லி அனுப்பி விட்டார்.'

எல்லா முறையும் அவரால் அப்படிச் சொல்லமுடியாது என்பதை நானும் உணர்கிறேன். ஆனால் அன்றைக்கு அது மிக வருத்தமாக இருந்தது என்பதும் உண்மை.

சாதாரண மனிதர்களே போற்றப்படும் இப்படியிருந்தால், தலைவர்கள் எப்படிப்பட்ட அப்பாக்களாக இருப்பார்கள்?

ரஷ்யாவின் ஸ்டாலினைத் தெரிந்திருக்கும். அவருடைய மகன் எதிரி ராணுவத்தினரால் உயிருடன் பிடிக்கப்பட்டான். இரண்டு பக்கத்திலும் அப்படிப் பிடிக்கப்பட்டவர்களைப் பரிமாறிக்கொள்வது என்று முடிவு செய்யப்பட்டது. அப்போது எதிரி நாட்டினர் ஸ்டாலின் மகனுக்கு பதிலாக, ரஷ்ய ராணுவத்தினரால் பிடிக்கப்பட்ட ஒரு ராணுவ உயரதிகாரியைத் தரவேண்டுமென்று கேட்டிருக்கிறார்கள்.

அதற்கு ஸ்டாலின் சொன்ன பதில், 'ஆமாம் அவர்கள் ஏன் ஒரு சாதாரண சிப்பாய்க்கு பதிலாக ஒரு உயரதிகாரியைக் கேட்கிறார்கள்! முடியாது என்று சொல்லிவிடுங்கள். தன் மகனை எத்தனையோ சிப்பாய்களில் ஒருவனாக மட்டுமே பார்த்திருக்கிறார் ஸ்டாலின். ஒரு நாட்டின் தலைவராக, நேர்மையான அதிகாரியாக படைத்தளபதியாக அவர் செய்தது சரி. ஆனால் ஒரு அப்பாவாக? இதுதான் கேள்வி.

அப்பா நல்ல பதவியில் இருந்தும், அதிகாரத்தில் இருந்தும் எனக்குப் பரிந்துரைக்கவில்லை. எனக்காகச் செய்யவில்லை என்கிற குறை எத்தனையோ மகன்களுக்கும் உண்டு. ஆனால் அவர்களுடைய அப்பாக்கள், தங்களை சராசரி மனிதர்களாக அப்பாக்களாக மட்டும் பார்ப்பதில்லை. தாங்கள் வாழ்க்கையில் செய்கிற ஏதோ ஒன்றை சரியாக முறையாகச் செய்யவேண்டும் என்று நினைப்பவர்களாக அவர்கள் இருக்கிறார்கள். அவர்களுக்கும் அவர்கள் மகன்களுக்கும் இடையே இடைவெளிகள் இருக்கத்தான் செய்யும். பின்னாளில் மகன் அவனுடைய வேலையில் அப்படிப்பட்ட சந்தர்ப்பங்களைச் சந்திக்கும்போது அதை உணர்ந்துகொள்ளும் வாய்ப்புண்டு. அப்பாவை அவருடைய கோணத்தில் இருந்து புரிந்துகொண்டால் போயிற்று. இல்லாவிட்டால் அது தொடரவே செய்யும்.

அம்மா, அப்பா, மகன் - என்ற முக்கோணம்

வீட்டில் அப்பாவும் மகனும் தவிர அம்மா இருக்கிறார்கள். உடன் சகோதர சகோதரிகளும் இருக்கலாம். இவர்கள் ஒவ்வொருவருக்கும் அப்பாவைப்போலவே மகனைப்போலவே, சில பொறுப்புகளும் அதிகாரங்களும் மற்றவர்கள் மீது சில எதிர்பார்ப்புகளும் இருக்கும். அதிலும் குறிப்பாக அம்மாவின் இருப்பும் வளர்ப்பும் அப்பா மகன் உறவில் கணிசமான தாக்கம் தரவல்லது.

தந்தையால் பாதிக்கப்படும் அம்மாவாக அவர் இருந்தால், அவரால் சிரமப்படுபவராக இருந்தால், அவர் அவருடைய மகனிடம் ஆதரவு தேடுவார். சின்னப் பையனிடம் நேரடியாக ஆதரவு கேட்கமுடியாது என்பதால், தன் நிலை பற்றி மகனிடம் சொல்வார். அதற்குக் காரணம் அப்பாவின் செயல்கள் என்று சொல்வார். தான் பெற்றபிள்ளை தனக்கு ஆதரவாக பின்னாளில் பேசவேண்டும், தனக்கு உறுதுணையாக இருக்கவேண்டும் என்கிற எதிர்பார்ப்பில் மகனிடம் அரற்றுவார். இவையெல்லாமும் மகனிடம் அப்பாவைப் பற்றிய அபிப்பிராயத்தை மாற்றும்.

மனத்தடைகள்

சில அப்பாக்கள் தங்களுடைய பொறுப்புகளை மட்டுமே பெரியதாக எடுத்துக்கொண்டு, மகனை படி படி என்று நச்சரித்துக் கொண்டேயிருப்பார்கள். படிப்பு வராததை பெரிய பிரச்சனை ஆக்கி, அதற்குப் பிறகே மற்ற எதுவும் என்பதுபோல, வேறெதுவுமே பேச மாட்டார்கள், செய்ய மாட்டார்கள். அதன் காரணமாக, அப்பா என்றாலே தன்னால் சரியாகச் செய்யமுடியாத படிப்பு பற்றிதான் பேசுவார் என்கிற மனச்சுமை மகன் மனதில் ஏறிவிடும். பாரமாக அழுத்தும். அதன்பின், அப்பாவைக் கண்டாலே ஒதுங்கத் தோன்றும்.

போகப்போக பிடிக்காமலேயே போய்விடும். இதனால் அப்பா மகன்களுக்குள் பேச்சுவார்த்தையே அருகிவிடும்.

'கம்யூனிகேஷன் கேப்'

அப்பா என்றால் இப்படித்தான் என்று பல மகன்கள் அவர் களாகவே சில முடிவுகளுக்கு வந்துவிடுகிறார்கள். அதனால் அவர்களால் எல்லாவற்றையும் அவர்களுடைய அப்பாக்களுடன் இயல்பாக

வெளிப்படையாகப் பேச முடிவதில்லை. இதனால் விவரம் தெரிந்த அக்கறையுள்ள அப்பாவின் சரியான வழிகாட்டுதல் பல பிள்ளைகளுக்குக் கிடைக்காமலேயே போய்விடுகிறது.

'என்ன பேச்சு பேசுகிறாய். இந்தப் பேச்செல்லாம் என்கிட்ட பேசாதே. ஆமாம் (மூச்)' என்று உறுமும் பெற்றோர்களுண்டு. அவர்களுடைய அந்த கர்ஜனைகள்தான் அவர்களுக்கும் அவர்களுடைய மகனுக்கும் இடையே மதில்சுவர் எழுப்பும் செங்கற்கள்.

அவன் சொல்வது சரியோ தவறோ. அவன் கேட்பது நியாயமோ இல்லையோ. அவன் நினைப்பு எப்படியுமிருக்கலாம். அதை அப்படியே கண்டிக்கும்போது, பிள்ளை பயந்துவிடுகிறது. அதன்பின தன்னைப் பற்றிப் பேசுவதில்லை. பேசினால் அப்பாவிற்குப் பிடிக்காது என்று விட்டு விடுகிறது. பின்னால் மறைக்கவும் ஆரம்பித்து விடுகிறது. தெரியவரும் தந்தை மேலும் கத்த, சிறிய வெடிப்பு பெரிய விரிசல் ஆகிறது. முன்பார்த்த குமரனால் அவன் அப்பாவிடம் அவன் மது அருந்தியதைக் கூட சொல்ல முடிந்திருக்கிறது என்றால் அவர் அவனிடம் ஏற்படுத்தியிருக்கும் நம்பிக்கையே காரணம்.

அப்பாவின் கடுமையான எதிர்ப்பால், கண்டிப்பால், தவறுகள் செய்யாமல் விடும் மகன்கள் உண்டு. அதேபோல, என்ன எதிர்த்தாலும் கத்தினாலும் தங்கள் ஆர்வத்தைக் கட்டுப்படுத்த முடியாமல், செய்யும் மகன்கள் உண்டு. குறைந்தபட்சம் மகன் என்ன செய்கிறான் என்றாவது அப்பாவிற்குத் தெரியவேண்டும் என்றால், அந்தக் குறைந்தபட்ச நம்பிக்கையை மகனிடம் அவசியம் வளர்த்தாக வேண்டும். அதற்கு அவன் தவறு செய்கிறபோது அப்பா எப்படி அதைப் பார்க்கிறார்,

ரியாக்ட் செய்கிறார் என்பதைப் பொறுத்தவை அவை. 'வாங்க பழகலாம்' புத்தகத்தில் நான் எழுதியிருந்த ஒரு விஷயம் இந்த இடத்திற்கு மிகவும் பொருத்தமானதாக இருக்கும்.

மகாத்மா காந்தியின் பேரன் டாக்டர் அருண் காந்தி. மகாத்மா காந்தி பெயரில் 'ஓ காந்தி இன்ஸ்டிட்யூட் ஃபார் நான் வயலன்ஸ்' என்று அகிம்சைக்காகவே ஓர் அமைப்பை ஏற்படுத்தியவர். அருண் காந்தி அவருடைய பெற்றோருடன் தென்னாப்பிரிக்காவில், டர்பன் நகருக்கு

வெளியே 18 மைல் தூரத்தில் அமைந்திருந்த ஒரு கிராமத்தில் கரும்புத் தோட்டங்களுக்கு நடுவில் உருவாக்கியிருந்த ஆசிரமத்தில் வாழ்ந்து வந்தார். ஆனால் இளவயதினரான அருண்காந்திக்கும் அவரது இரு சகோதரிகளுக்கும் அந்த கிராமம் போரடித்தது. எப்போதாவது அந்த இடத்தை விட்டு வெளியில் நகர்ப்புறங்களுக்கு எங்காவது செல்வது என்பது மிகவும் விருப்பமானதாக இருந்தது.

அருகில் இருக்கும் டர்பன் நகருக்குச் சென்றால் அங்குள்ள திரையரங்குகளுக்குச் சென்று மனத்துக்கு உகந்த திரைப்படங்களைப் பார்க்கலாம். ஆனால் அதற்கு அடிக்கடி வாய்ப்பு கிடைக்காது.

ஒருசமயம், அருணின் அப்பாவுக்கு மாநாடு (கான்ஃபிரன்ஸ்) ஒன்றிற்குச் செல்லவேண்டியிருந்தது. மகனிடம் சொல்கிறார், 'நீ நமது காரை ஓட்டி வாயேன். என்னை கான்ஃபிரன்ஸ் நடக்கும் இடத்தில் இறக்கிவிடு. பின்பு காரை மெக்கானிக் கடைக்கு எடுத்துப் போ. அங்கே காரை சர்வீஸ் செய்து வாங்கிக்கொண்டு, சரியாக மாலை 5 மணிக்கு கான்ஃபிரன்ஸ் நடக்குமிடத்துக்கு வந்துவிடு. நாம் திரும்பி வந்துவிடலாம்.'

அருணுக்கு சந்தோஷம் தாங்கவில்லை. 'டர்பன் நகருக்கா போகிறாய்? எனக்கு அங்கே சில பொருள்கள் வாங்க வேண்டும். அதையும் வாங்கி வந்துவிடு' என்று அம்மாவும் சொன்னார். 'அதனால் என்ன? தாராளமாக வாங்கினால் போச்சு' என்றான் அருண். ஊர் சுற்றலாமே! என்கிற எண்ணம்.

கிளம்பிப் போனார்கள். அப்பாவை தகுந்த இடத்தில் இறக்கி விட்டு விட்டு, காரையும் சர்வீஸுக்கு விட்டுவிட்டு, அருண் நேராக ஓடியது ஒரு திரையரங்குக்கு. படம் ஆரம்பிக்க நேரமானது. படம் பார்த்துவிட்டு மணியைப் பார்த்தால், ஐந்தரை. அய்யய்யோ! வேக வேகமாகப் போய் காரை எடுத்துக் கொண்டு, கான்ஃபிரன்ஸ் இடத்துக்குச் சென்றபோது மணி ஆறாகிவிட்டது. அப்பா வெளியிலேயே ஒரு மணிநேரமாகக் காத்திருக்கிறார். அடச்சே! ஒரு சினிமாவுக்குப் போனதால் அப்பாவுக்குத்தான் எவ்வளவு சிரமம்!

'ஏன் அருண் இவ்வளவு தாமதம்? என்ன ஆச்சு?'

'சினிமாவுக்குப் போனதாகச் சொன்னால் எவ்வளவு அசிங்கம்! அருண் வாய் தன்னையும் அறியாமல் பொய் சொன்னது, கார் சர்வீஸ்

செய்யுமிடத்தில் தாமதமாகிவிட்டது. இப்பத்தான் கொடுத்தார்கள்.'

அப்பா முகத்தில் ஆச்சரியம். 'இல்லையே அருண். உன்னைக் காணாததால் நான் அந்த மெக்கானிக் கடைக்கு போன் செய்து கேட்டேனே. அப்போதே கார் தயாராக இருந்ததாகச் சொன்னானே!'

தலை குனிந்தார் அருண். 'மன்னித்துக்கொள்ளுங்கள் அப்பா, நான் ஒரு சினிமாவுக்குப் போயிருந்தேன். தாமதமாகிவிட்டது. அதைச் சொல்ல பயந்துகொண்டுதான் பொய் சொன்னேன்.'

மகனையே சற்று நேரம் பார்த்த அப்பா, பின்பு சொன்னார், 'இது, நான் உன்னை வளர்த்த விதத்தில் ஏதோ தவறு இருப்பதைத்தான் காட்டுகிறது. உன்னால் தைரியமாக என்னிடம் உண்மையைச் சொல்ல முடியவில்லையே! அப்படியென்றால், உனக்கு என்னிடம் உண்மையைச் சொல்லுமளவு நம்பிக்கை வரவில்லை. அதாவது நான் அந்த அளவு உன்னிடம் நடந்துகொள்ளவில்லை. ஆக, என் அணுகுமுறையில் எங்கோ தவறு இருக்கிறது. அதனால்...' என்றார்.

'அதனால்!'

'நான் காரில் வரவில்லை. நீ போ. நான் வீட்டுக்கு நடந்தே வருகிறேன். வரும் வழியில், என் தவறுகளைப் பற்றி யோசிக்கப் போகிறேன்' என்று நடக்க ஆரம்பித்தார்.

கான்ஃபிரன்ஸுக்காகப் போட்டிருந்த கோட் சூட். காலில் கனமான பூட்ஸ். நடக்க ஆரம்பித்துவிட்டார் அவர். நகரைத் தாண்டிய பிறகு சாலை கிடையாது. கரடுமுரடான பாதைதான். இருட்டு வேறு.

நடந்தார், நடந்தார், நடந்துகொண்டே இருந்தார். மொத்தம் 18 மைல். அவருக்குப் பின்னாலேயே மெதுவாக காரை ஓட்டியபடி அருண். மொத்தம் ஐந்தரை மணி நேரம் ஆனது. அந்த ஐந்தரை மணிநேரமும் அருணின் மனம் கிடந்து தவித்தது. தான் ஒரு பொய் சொன்னதற்காக, அப்பா பாவம் இப்படி நடக்கிறாரே!

அருண் முடிவு செய்துகொண்டார், 'இதுவே என் வாழ்க்கையில் நான் சொன்ன கடைசிப் பொய்.'

இப்படியெல்லாம்கூட தண்டனை கொடுக்கமுடியும். பூவால் காலணி (செ...) செய்து அடிப்பது என்பார்கள். செ... அடிதான்.

ஆனால் வாங்குபவருக்கு உடம்பில் வலிக்காது. மனதில் தைக்கும். தன்னைத்தானே தண்டித்துக்கொண்ட அருணின் அப்பா.

குற்றத்தைத் தன்மீது எடுத்துக்கொள்வது. தானும் அவனுடைய தவறுக்கு பொறுப்பு என்று எண்ணுவது. அதற்காக உண்மையாக வருந்துவது. அதற்காக தானே தனக்கு தண்டனை வழங்கிக் கொள்வது. இப்படி ஒரு அப்பா நடந்துகொண்டால் எந்த மகன்தான் தவறு செய்வான்?

மகனைத் தண்டிப்பது என்பது எதனால்? தனது ஆத்திரத்தினாலா? தனக்கு அல்லது குடும்பத்திற்கு ஏற்பட்ட இழப்பினாலா? தண்டிப்பதன் நோக்கம், கற்றுக்கொடுப்பதற்காக, மீண்டும் ஒருமுறை அதே தவறு நிகழாவண்ணம் அச்சப்படுத்துவதற்காக. அவ்வளவு தானே! அதை எப்படியும் செய்யலாமே!

தண்டனை பெறுபவர் அதை சரியான விதத்தில் புரிந்து கொள்ளவேண்டும் என்றால் அதை எப்படிச் செய்வது? அங்கேதான் சில அப்பாக்கள் ஜெயிக்கிறார்கள், பல அப்பாக்கள் தோற்கிறார்கள்.

சாதனையாளர் அப்பாக்கள்

பெற்றவர்கள் வேறு வளர்த்தவர்கள் வேறு. வளர்த்தவர்கள் மீது அதிக பாசத்துடன் இருக்கும் பிள்ளைகள பற்றியும் கேள்விப்பட்டிருக்கிறோம். முன்னேறியவர்களில் சிலர் அவர்களுடைய ஆசிரியர்களை நன்றியோடு நினைத்துப் பார்ப்பார்கள். பள்ளிக் கட்டணமில்லாமல் வகுப்புக்கு வெளியே நிற்கவைக்கப்பட்டபோது அவர்தான் பணம் கட்டினார் என்றும், சாப்பிடாமல் வகுப்பில் மயங்கி விழுந்தபோது உணவு கொடுத்தார் என்றும், என் பலத்தைக் கண்டுபிடித்து, நான் என்ன படிப்பு படிக்கலாம் என்று வழிகாட்டினார் என்றும் சொல்வார்கள். அவர்களை மறக்கவே மாட்டார்கள்.

பசியின்போது உணவு கொடுக்கவேண்டும். யார் கொடுத்தாலும் அவர்மீது நன்றியுணர்வு தோன்றும். பசி என்பது வயிற்றுப்பசி மட்டுமில்லை. தேவைகள் அனைத்துமே பசிதான். வியப்புடன் பார்த்தவற்றைப் பகிர விரும்புவார்கள், பயப்படுபனவற்றைப் பற்றிப் பேச விரும்புவார்கள். கனவுகளை, ஆசைகளைத் தெரிவிக்க, விவரிக்க முற்படுவார்கள். அவற்றுக்கெல்லாம் நேரம் கொடுப்பவர்கள் சினேகி தர்கள் போல. ஆனால் சில அப்பாக்களுக்கு அதற்கு நேரமிருக்காது. அவர்கள் வேறு எதையோ துரத்திக்கொண்டிருப்பார்கள்.

பர்சனாலிட்டி வகைகளில் அச்சீவர் என்று ஒரு வகையுண்டு. சாதனையாளர்கள். அவர்களுக்கு உலகமே ஒரு போட்டிக்களம்தான். எல்லா போட்டிகளிலும் அவர்கள் வெல்ல வேண்டும். அது முக்கியம். அதனால் அதற்கான முயற்சிகளிலேயே ஈடுபட்டிருப்பார்கள். இயல்பாகவே இந்தக் காரணங்களால் அவர்களின் உணர்வு ஒட்டுதல்கள் குறைவாகவே இருக்கும். மிகவும் அப்ஜெக்டிவ் ஆகமட்டுமல்ல, கொஞ்சம் மேனுபுலேடிவ் ஆகக்கூட இருப்பார்கள். தங்களின் வெற்றிகளுக்காக, சிலவற்றைப் பயன்படுத்திக் கொள்வது. மனைவி மகன் மகள் பெற்றோர் உறவினர் என்கிற பாகுபாடுகள் கூட இல்லாமல் தங்கள் வெற்றிக்காக மற்றவர்களையும் பயன்படுத்திக் கொள்ளும் தன்மை இவர்களிடம் உண்டு.

பணம்- Economic side of the Relationship

தாயும் பிள்ளையுமென்றாலும் வாயும் வயிறும் வேறுவேறு தானே என்று ஒரு பழமொழி உண்டு. தாய்க்கும் பிள்ளைக்குமே பலன் பெறுவதில் வேற்றுமை உண்டென்றால், அப்பாவிற்கும் மகனுக்கும் இடையே கேட்கவா வேண்டும்?

அப்பாக்கள் பொதுவாக மகன்களுக்குச் செய்வதில் கணக்குப் பார்ப்பதில்லை. கணக்குப் பார்த்தால் முடியவும் முடியாது. எதை எடுத்துக்கொள்வது எதை விடுவது. ஆகிற காரியமல்ல. பெற்ற பிள்ளைகளுக்குச் செய்யவேண்டிய கடமை அப்பாவிற்கு உண்டு. அதைத்தான் பின்னாளில் 'நானா பெறச் சொன்னேன்? பெற்றதற்கு செய்யத்தானே வேண்டும்' என்று மகன்கள் சுலபமாகச் சொல்லிவிட்டுப் போய்விடுகிறார்கள். அவர்களைப் பொறுத்தவரை முடிந்தது கதை.

அப்பா மகன் அன்பு குறையாதவரை இவையெல்லாம் பேச்சில் வராது. பணம் என்பது பிரச்சினை ஆகாது. ஆனால் பிரச்சனை என்று வந்துவிட்டால், கணக்குப் பார்ப்பதைத் தவிர்க்க முடியாது.

திருமணம் ஆகிறவரை பெரும்பாலான அப்பா மகன்கள் இடையே பணம் பற்றிய பிரச்சினை வருவதில்லை. திருமணம் ஆன பின்பு தனக்கு என்று தனிக் குடும்பம் உருவான பின்பு, மகனுக்கு பணம் பற்றிய கவனமும் தனியே சேர்க்க வேண்டும் என்கிற ஆவலும் உருவாகிறது.

ஒன்றுக்கும் மேற்பட்ட பிள்ளைகள் இருக்கிற வீடுகளில் யாருக்கு எவ்வளவு செய்தார்கள், கொடுத்தார்கள் என்கிற ஒப்பீடுகள் தவிர்க்க முடியாதவை ஆகிவிடுகின்றன. அதனாலும் அப்பாவிற்கும் மகனுக்கும் இடையே மனத்தாங்கல்கள் வருகின்றன.

மகன் சம்பாதிக்க ஆரம்பிக்கிறான். மகன்கள் சிலர் அப்படியே கொண்டுவந்து பெற்றோரிடம் கொடுத்துவிடுவார்கள். தங்கள் தேவைக்குக்கூட, பின்பு அப்பாவிடம் இருந்து கேட்டு வாங்கிப் போகிறார்கள்.

வேறு மகன்கள் தங்கள் சம்பாத்தியத்தை அப்படியே தனியே சேர்த்துவைக்கிறார்கள். அவர்கள் அவற்றை என்ன செய்கிறார்கள் என்பது மட்டுமல்ல, அவர்கள் என்ன அளவு வருமானம் பெருக்கு கிறார்கள் என்பதுகூட தெரியாத பெற்றோர் நிறையவே உண்டு.

‘சொத்தை பிரி, என் பங்கைக் கொடு.’

‘என் சொத்தில் சல்லிக்காசு கூட உனக்குக் கிடையாது.’

‘எல்லாம் என் தாத்தா சம்பாதித்தது. எனக்கும் உரிமை உண்டு.’

இவையெல்லாம் நாம் கேள்விப்படாதவை அல்ல.

கடன் அன்பை முறிக்கும் என்றால், பணத்தின் வலிமை கூடுதல் என்றுதானே பொருள். மற்றபடி நன்றாக இருக்கும் உறவுகளில்கூட, பணம் சிக்கலை உருவாக்கிவிடும்.

நகரத்தார் சமூகத்தில் ‘வேற வைப்பது’ என்பார்கள். வேறு என்பதன் மருவுதான் வேற. மகனுக்கு திருமணம் ஆன உடன், அவனுடைய கணக்கை தனியாகப் பிரிப்பார்கள். அவன் வரவு செலவு தனி. அப்பாவின் பெரிய குடும்பத்தின் வரவு செலவு தனி. தனித்தனி அறைகளில் குடித்தனம். அப்பா வீட்டில் அம்மாவும் மகன் வீட்டில் மருமகளும் தனித்தனியே அடுப்பு மூட்டி பானைவைத்துச் சமைப்பார்கள். தினமும் கொடுக்கல் வாங்கல் உண்டு. அன்பிற்கும் மரியாதைக்கும் பிரியத்திற்கும் கொஞ்சமும் குறைச்சலில்லை. ஆனாலும் கணக்குகள் வேறுவேறு. வருமுன்னர் காப்பது. பிணக்குகள் மனசங்கடங்கள் வந்துவிடக்கூடாதே என்கிற முன் எச்சரிக்கை உணர்வு.

அதிகாரப் பகிர்வு

பிறக்கிற குழந்தைக்கு எதுவுமே தெரியாது. அது ஒரு பச்சை மண். அதற்குத் தேவையானது அனைத்தையுமே பெற்றவர்கள்தான் செய்ய வேண்டும். அம்மா சிலவற்றைச் செய்ய, அப்பா சிலவற்றைச் செய்கிறார். வேலைகள் செய்வது மட்டுமல்ல. இருவருமே, அந்தப் பிள்ளைக்காகச் சில முடிவுகள் எடுக்கிறார்கள். எந்தப் பள்ளிக்கூடம், எந்தவிதமான உடைகள், எப்படிப்பட்ட உணவுகள் என்று. இவையெல்லாம் அந்த மகனுக்கு ஓரளவு வயது ஆகிறவரை சரிதான்.

மகனால் ஏற்றுக்கொள்ளப்படுகிறது. ஆனால், அவனுக்கு உலகம் தெரியவர தெரியவர, அவனுடைய சுயம் விழித்துக்கொள்கிறது.

அப்பா, அம்மா, இரு பிள்ளைகள். நால்வர் கொண்ட அந்தக் குடும்பம், ஒரு ஞாயிற்றுக்கிழமை மாலையில், உணவருந்த ஒரு ஓட்டலுக்குப் போனது. எல்லோரும் காத்திருந்து பின் ஒரு மேசையில் அமர்ந்தார்கள். வெயிட்டர் வந்தார்.

'என்ன வேணும்?'

'நாலு ரவா தோசை.'

சொன்னது அப்பா. வெயிட்டர் கிளம்ப எத்தனித்தார். எட்டு வயது மகன் வெயிட்டரைப் பார்த்துச் சொன்னான், 'கொஞ்சம் வெயிட் பண்ணுங்க' நின்றார்.

'மெனு கார்ட் தரமுடியுமா?'

'ஓ! இந்தாங்க.'

எல்லோரும் காத்திருந்தார்கள். அவன் நிதானமாக ஒவ்வொரு பக்கமாக புரட்டினான். பின்பு அதை மூடி மேசைமீது ஓரமாக வைத்துவிட்டுச் சொன்னான், 'எனக்கு ஒரு ரவா தோசை.'

அவன் விஷயங்களில் அவன் முடிவெடுக்க விரும்புகிறான். அவனால் முடியுமா என்று பரிசோதிக்கிறான். அவன் வளர்கிறான். அவன் வளர்வதை சில அப்பாக்களால் புரிந்துகொள்ள முடிவதில்லை. அவனைத் தொடர்ந்து சிறுவனாகவே பார்க்கிறார்கள்.

வளர்ச்சியும் கண்காணிப்பும்

மகன் பிறக்கும் நேரம் அவன் வயது பூஜ்ஜியம். மகன் வயது குறைவாக இருக்கையில், அப்பாவின் உதவியும் கண்காணிப்பும் அவனுக்கு அதிகம் தேவை. அப்பா இளமையாக விவரம் தெரிந்தவராக, வலுவானவராக இருக்கிறார். அதனால் அவர் அவன்மீது மிக அதிக அதிகாரமும் பொறுப்பும் உள்ளவராக இருக்கவேண்டும்.

ஆனால், அவனுக்கு வயது அதிகரிக்க அதிகரிக்க, அவன் உடல் வலிவும் அதைவிட வேகமாகவும் அதிகமாகவும் அறிவும் கூடுகிறது. போகப் போக, பட்டறிவு எனப்படும் அனுபவமும் சேர்ந்து கொள்கிறது. அதனால், அவனுக்கு வயது அதிகரிக்க அதிகரிக்க, அவர் அவரது கட்டுப்பாடுகளையும் அதிகாரத்தையும் மெல்ல மெல்ல, தொடர்ந்து குறைத்துக்கொண்டே போக வேண்டும். அவனுக்கு அதிக 'ஸ்பேஸ்' எனப்படும், வாய்ப்பைக் கொடுக்க வேண்டும்.

அவன் செயல்பாடுகளில் அவனுடைய சொந்த யோசனைகளும் முடிவுகளும் அதிகரித்துக்கொண்டே போக வேண்டும்.

மகன் வளர்ச்சியும் - அப்பாவின் கண்காணிப்பும் அவரவருக்குத் தெரிந்தது

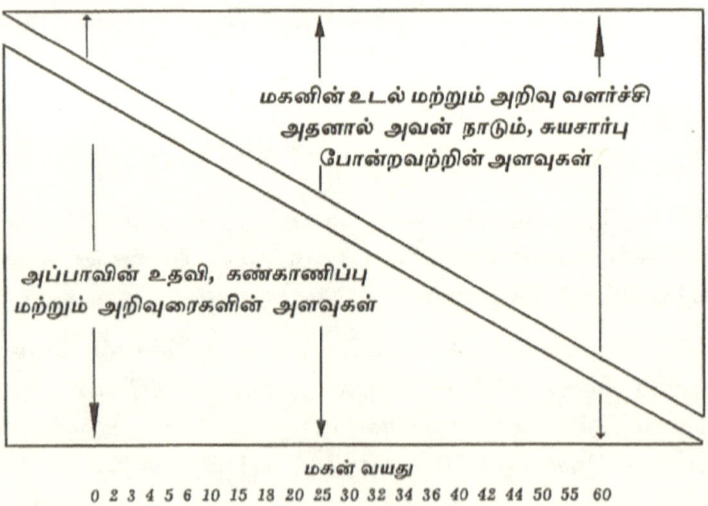

சில அப்பாக்களுக்கு விவரம் தெரியும். வேறு சிலருக்குத் தெரியாது. ஆனால் மகன் நலனில் அக்கறை காரணமாக வேறு எவரிடமாவது கேட்டுச் செய்வார்கள். ஆனால் வேறு சிலரோ, தாங்கள் பிடித்த முயலுக்கு மூன்றுகால்தான் என, தனது பிடிவாத குணத்தையும் சேர்த்து மகன் வாழ்க்கையை சோதனை ஆக்கிவிடுவார்கள்.

அவர்களுடைய ஆசைகள், பயங்கள், எல்லாவற்றையும் தங்கள் கட்டுப்பாட்டில், வழிகாட்டுதலில் இருக்கும் பிள்ளைகள் மீது திணிப்பார்கள். என்ன படிக்கலாம், வேலைக்குப் போகலாமா, சொந்தத் தொழில் செய்யலாமா? எந்த வயதில் தொழில் தொடங்கலாம் அல்லது வேலைக்குப் போகலாம். எல்லாம் முக்கியமான முடிவுகள். அவற்றைச் சில அப்பாக்கள் முறையாகச் செய்வதில்லை. காரணம் அவர்களுடைய சித்தாந்த ஈடுபாடு.

‘படித்து என்ன ஆகப்போகிறது? ஒன்றும் வேண்டாம். பேசாமல் கடைக்கு என்னுடன் வா.’ ‘ஆங்கில மீடியம் வேண்டாம்.’ ‘இஞ்சினியரிங் படிப்பு வேண்டாம்.’ ‘அந்தப் பள்ளியெல்லாம் வேண்டாம்.’ ‘சென்னை வேண்டாம்.’ எவ்வளவோ வாய்ப்பு தரக்கூடியவற்றை, தங்கள் அறியாமையால் மட்டுமல்ல, பிடிவாதத்தாலும் சில அப்பாக்கள் தடுத்துவிடுவார்கள்.

விருப்பங்களுக்குக் குறுக்கே வந்தால்...

ஒருவருடைய ஆர்வத்திற்கு நாம் தடையாக இருந்தால், அவருக்கு நம்மீது எரிச்சல் வருவது இயற்கைதான். நான் ஒரு பொதுத்துறை நிறுவனத்தில் பணியாற்றியபோது, என்னுடைய மேலதிகாரி ஒருவரைச் சந்தித்து அவரிடம் சில ஒப்புதல்கள் பெறுவதற்குப் போவேன். அவர் பெரிய அதிகாரி என்பதால் அவருக்குத் தனியறை. அவருடைய செயலாளரிடம் சொல்லிவிட்டு அனுமதிக்காகக் காத்திருப்பேன். உள்ளே வேறு எவரோ இருப்பார்கள்.

சில சமயங்களில் நான் ஒருமணி நேரம் இரண்டு மணிநேரம் வரை கூட காத்திருக்க வேண்டிவரும். நான் காத்திருக்கிறேன் என்பதை அவ்வப்போது நாசுக்காக அவருடைய செயலாளர் போனில் சொல்வார். பிறகு ஒருவழியாக அவருடைய மூடிய அறையின் கதவுகள் திறக்கும்.

உள்ளிருந்து சிலர் வெளியே வருவார்கள். அவர்கள் எல்லாம் அவருடன் சினேகிதமாகப் பேசக்கூடியவர்கள். அதிகமாக வேலை தொடர்பில்லாத மற்ற பேச்சுகள் பேசக் கூடியவர்கள். அவர்கள் போனபின் நான் உள்ளே போவேன். அவர் முகத்தில் வெறுப்பே தெரியும். என்ன என்பார் சற்று எரிச்சலுடன். விவரம் சொன்னால், இதை போனிலேயே பேசியிருக்கலாமே என்பார்.

கொண்டு சென்ற பேப்பரில் ஏதாவது குற்றம் குறை கண்டுபிடித்து உடனடியாகத் திருப்பிக் கொடுப்பதிலேயே குறியாக இருப்பார். என்னை உட்காரக்கூட சொல்லமாட்டார்.

அவருக்கு விருப்பமாக இருந்த ஒன்றுக்கு நான் தடையாக பிரச்சினையாக இருந்திருக்கிறேன் என்பது தவிர நான் எடுத்துச் சென்ற வேலை நிறுவனத்திற்கு முக்கியமானதுதான் என்பது அவருக்கும் தெரியும்.

ராஜாராமனுக்கு ஐம்பத்து ஐந்து வயதாகும்போது அவரது மனைவி தவறிப்போனார். அவர்களுக்கு மூன்று மகன்கள். முதல் இரண்டு மகன்கள் திருமணமாகி வெளியூர்களுக்குப் போய்விட்டார்கள்.

மூன்றாவது மகனுக்கு வயது 18 தான். அம்மா இல்லாத பிள்ளை. அவனும் அப்பாவுமாக இருக்கவேண்டிய சூழ்நிலை. அதுவரை இல்லாத அளவாக அவன்மீது அவர் எரிந்து எரிந்து விழுந்தார். விடிந்தபின்னும் அவன் தூங்குவது, இரவு தாமதமாக வருவது போன்றவற்றுக்கு எல்லாம் அவர் பேசிய பேச்சுகள் அவனுக்கு அதிர்ச்சியை ஏற்படுத்தின. 'அப்பா ஏன் திடீரென இப்படியெல்லாம் பேசுகிறார்! என்னை ஏன் அவருக்கு சுத்தமாகப் பிடிக்காமல் போய் விட்டது? என்று குழம்பிப் போனான்.

ராஜாராமனுக்கு வயது குறைவுதான். அவர் இரண்டாம் திருமணம் செய்துகொள்ளலாம் என்று சில நலம் விரும்பும் உறவினர்கள் சொல்லியிருக்கிறார்கள். நீண்டகாலம் உடல் நலமின்றி இருந்துவிட்டு இறந்துபோன மனைவியுடன் அவர் சுகமாகயிருந்தது குறைவுதான் என்பதால் அவருக்கும் இரண்டாம் திருமணத்தின்மீது ஆசை இருந்தது. ஆனால் வீட்டில், வளர்ந்த மகன் இருக்கிறானே. தான் எப்படி திருமணம் செய்வது என்பதுதான் அவரது பிரச்சினை. அதை

அவரால் வெளிப்படையாகச் சொல்ல முடியவில்லை. அதனால் சங்கடம். சங்கடத்தால் உண்டான எரிச்சல். அவருடைய எல்லா செயல்களிலும் அது பிரதிபலித்தது. மகன் இதனால் சிரமப்பட்டான்.

தலைமுறை இடைவெளி

முன் எப்போதையும்விட அறிவியல் வளர்ச்சி காரணமாக தலைமுறை இடைவெளி என்பது அதிகமாக இருக்கிறது. அப்பாவும் மகனும் சஞ்சரிப்பவை இரு வேறு உலகங்கள் ஆகிவிட்டன.

மகனின் படிப்பு, நண்பர்கள், தேடல்கள், பயன்படுத்தும் உபகரணங்கள் எல்லாம் அப்பா பயன்படுத்தியவற்றிலிருந்து பெரிய அளவு மாறுபட்டவை.

'வயதிற்கு அனுபவத்திற்கு மரியாதை,' 'எதையும் நீண்டகால அணுகுமுறையுடன் பார்ப்பது,' 'பாதுகாப்பு என்பதற்கு முதலிடம்,' 'ஆண் பெண் நட்பு என்பதற்கும் எல்லை உண்டு,' 'திருமணம் என்பது புனிதமானது' போன்றவை அப்பாவின் மதிப்பீடுகள். ஆனால் இவையெல்லாம் மகனுடைய உலகில் அப்படியே நேர்எதிராக மாறிவிட்டன.

இதனால் அப்பா சொல்லும் பல விஷயங்கள் எடுபடுவ தில்லை. அப்பா சொல்வதை மகனால் கேட்க முடிவதில்லை. அப்பாவின் மதிப்பீடுகளைப் புரிந்துகொண்ட மகனுக்கும், மகனின் மதிப்பீடுகளைப் புரிந்துகொண்ட அப்பாவிற்கும் இடையே சிரம மில்லை. புரிதல் குறைவாக இருந்து தங்களின் அணுகுமுறைகளை அடுத்தவர்மீது கட்டாயப்படுத்தும்போது சிக்கல் வருகிறது.

மகன் பார்க்கும் உலகத்தில் இளைஞர்கள் ஜெயிக்கிறார்கள். ஆனால் அப்பா இன்னும் பழைய நினைப்புகளில் இருந்து வெளிவரவில்லை. அதனால் ஏறபடும் மோதல்கள்.

அவர் காலம் வேறு

அப்பா அவருடைய காலத்தில் என்ன சோஷியல் வேல்யூஸ் இருந்ததோ அதனால் உந்தப்பட்டவர். அதன்மீது நம்பிக்கையுள்ளவர். அதைத் தன் வீட்டிலும் நடைமுறைப்படுத்த வேண்டும் என்று நினைத்தவர். அவர் போடும் சட்ட திட்டங்களில் சில தற்காலத்திற்கு

உகந்ததாக இல்லாமல் இருக்கலாம். மகனுக்கு சிரமம் கொடுப்பதாக இருக்கலாம்.

அலுவலகம் என்று பார்த்தால் அங்கே அதிகார மையங்கள் உண்டு. பணம் கொடுக்கும் அதிகாரம் இருப்பவர் சொல்லுக்குக் கூடுதல் மதிப்பு இருக்கும். 'அப்ரூவிங் அத்தாரிட்டி' என்பார்கள். எல்லா இடங்களிலும் அப்படித்தான். பொருளீட்டல் காரணமாக அப்பாதான் குடும்பத் தலைவர். அதனால் அவருக்குச் சில அதிகாரங்கள் உண்டு. அவற்றை அவர் பிள்ளையின் நலனுக்காகப் பயன்படுத்துகிறார்.

தந்தைக்கு உபதேசம்

மகனுடைய கல்வி அப்பாவைவிட அதிகம். இது இன்ஃபர்மேஷன் ஏஜ். மகனுக்குக் கூடுதலாகவே தெரியலாம். கிளாஷ் ஆஃப் ஐடியாஸ். அப்பாவிற்கு இது புதிது. அப்பாவின் அதிகாரம் செல்லவில்லை. சிரமமாகிறது. அவரும் கேட்டுக்கொள்ள வேண்டும் என்பதை அவரால் ஏற்றுக்கொள்ள முடியவில்லை.

போதும்...

பிள்ளைகள் அவர்களைவிட அதிகம் விவரம் அறிந்த நட்பு வட்டத்தில் இருந்தும், இணையம் மூலமும் பலவற்றைத் தெரிந்து கொள்கிறார்கள். அவர்களுக்கு அது சாத்தியமாகவும் சுலபமாகவும் இருக்கிறது. இதனால் அவர்கள் பெற்றோர்களிடம் அதிலும் குறிப்பாக அப்பாக்களிடம் யோசனைகள் கேட்பதில்லை. கேட்கவேண்டிய அவசியம் அவர்களுக்கு ஏற்படுவதில்லை. 'நாம் நம் அப்பாவைக் கேட்டுத்தானே செய்தோம். இவன் என்ன இப்படி இருக்கிறான்!' என்று புரிந்துகொள்ள முடியாமல் சில அப்பாக்கள் தவிக்கிறார்கள்.

நான் என் அலுவலகத்தில் பணிபுரியும் அதிகாரி ஒருவரிடம் பொம்மை ஏரோபிளேன் செய்யத் தேவையான தக்கைகள் எங்கே கிடைக்குமென்று கேட்டேன். மறுநாள் நான் நடத்தவிருந்த பயிற்சியின் போது பயன்படுத்துவதற்காக அதைக் கேட்டேன்.

அவர் என்ன செய்தார் தெரியுமா? அவருடைய வீட்டிற்கு போன் செய்தார். மனைவியிடம் ஏதோ கடை பெயரைக் கேட்க முற்பட்டார். இடைமறித்து அவருடைய எட்டு வயது மகன் அம்மாவிடமிருந்து

போனை வாங்கிக் கொண்டிருக்கிறான். என்ன என்று கேட்டவனிடம், 'டேய் இங்க அங்கிள் ஒருத்தருக்கு ஒரு பொம்மை ஏரோபிளேன் செய்யணுமாம். அதுக்கு என்ன மாதிரி பொருள் வாங்கலாம்?' என்று அவர் கேட்டார். 'ஃபைவ் மினிட்ஸ் பொறுங்க டாடி நான் பார்த்துச் சொல்கிறேன்' என்றான். ஐந்தாவது நிமிடம் அவர் போன் ஒலித்தது. அவர் மகன்தான். பொருள் பெயரைச் சொல்லி அது கிடைக்குமிடத்தையும் சரியாகச் சொல்லிவிட்டான். எப்படி என்று கேட்டதற்கு அவர் பெருமையாகச் சொன்னார், அவன் கூகுளில் பார்த்துவிடுவான், எதுவானாலும்.

நேரம் இல்லை

குடும்பங்களில் சேர்ந்திருக்கும் நேரம் கணிசமாகக் குறைந்து விட்டது. ஒரே நேரத்தில் குடும்பத்தினர் வீட்டில் இருந்தாலும் ஒருவரோடு ஒருவர் பேசிக்கொண்டும் விளையாடிக்கொண்டும் இருப்பதில்லை. வீட்டிற்குள்ளிருந்தாலும் அவரவர் அவரவர் வேலை களில் ஈடுபடுவதுதான். குரூப்ஸ் சேட், ஈ-மெயில், எஸ்.எம். எஸ். என்று பெரும்பாலான நேரம் வெளியில் இருப்பவர்களுடன் தொடர்பில் இருப்பவர்கள் ஆகிவிட்டார்கள் இளையவர்கள். சேர்ந்து விளையாடுவது, இருப்பது, சாப்பிடுவது, பிரயாணம் செய்வது எல்லாம் ஒருவரை ஒருவர் புரிந்துகொள்ள உதவுபவை, நேசத்தை வளர்ப்பவை. அவற்றுக்கான சந்தர்ப்பங்கள் குறைந்துபோனதும் அப்பா - மகன் இடைவெளிகளுக்குக் காரணம்.

'எமோஷனல் பேங்க் அக்கவுண்ட்'

அன்பு பாசமெல்லாம் தன்னால் வருவதன்று. தான் ஆடா விட்டாலும் தன் சதை ஆடும் என்பது அம்மா விஷயத்தில் வேண்டுமானால் சரியாக இருக்கலாம். காரணம் அம்மா வயிற்றில் பத்துமாதம் இருந்திருக்கிறோம். அம்மாவிடம் பால் குடித்திருக்கிறோம். அதனால் சதை ஆடும். ஆனால் அப்பா விஷயத்தில் அப்படிச் சொல்லமுடியாது. அப்பாவுக்கும் மகனுக்கும் பயலாஜிக்கல் தொடர்பு குறைவுதான்.

தவிர, அம்மா தூக்கி கொஞ்சி சீராட்டி, பாராட்டி வளர்த்திருக்கிறார்கள். சின்ன வயதில் இருந்தே 'அம்மா அம்மா' என்று பழகியிருக்கிறோம். அதனாலும் அம்மா என்றால் பாச உணர்வு தூண்டப்படும்.

அதேபோலத் தொடர்ந்து பாசமாய் இருந்த, பரிந்து பேசிய, சரியாகப் புரிந்துகொண்டு வளர்த்த அப்பா என்றால் சதை ஆடும். எல்லா அப்பாக்களுக்கும் அல்ல. அவர் இன்னொரு மனிதர். சின்ன வயதில் இருந்து உணர்வுரீதியாக மகன் மனதில், 'நான் உனக்காக' என்பதாக பல செயல்கள் செய்து வந்திருக்க வேண்டும். இயற்கையாகவே நல்ல அப்பாக்களாக இருப்பவர்களின் செய்கைகள் அதைச் சுலபமாக செய்யும்.

முற்பகல் பிற்பகல்

பெரிய பன்னாட்டு நிறுவனமொன்றில் சீனியர் மேனேஜராக பணிபுரிபவர் அவருடைய அப்பாவை முதியோர் இல்லத்தில் விட்டிருக்கிறார். நல்ல வசதியான இல்லம். அதைப்பற்றிக் கேட்டால், ஆமாம். அதற்கென்ன என்று சாதாரணமாகச் சொல்கிறார். 'அவர் என்னை வளர்ப்பதற்கு ஆயா வைத்தார், ஹாஸ்டலில் விட்டார். நன்றாகவே பணம் செலவழித்தார். நானும் இப்போது அவருக்காக செலவழிக்கிறேன். மற்றபடி இதில் என்ன இருக்கிறது?' என்கிறார்.

அவரை எப்படிக் குறை சொல்லுவது? முற்பகல் செய்யின் பிற்பகல் வரும் என்பார்கள். அவர் முற்பகல் செய்யவில்லையே.

ஒரு அப்பாவாக என்னவெல்லாம் செய்தீர்கள்? என்ன உணர்வுடன் செய்தீர்கள்? அவற்றையெல்லாம் பார்த்துக்கொண்டிருந்த குழந்தைக்கு அதே உணர்வுதான் வரும். அல்லது அப்படிச் செய்வது ஒன்றும் தவறில்லை என்று நினைக்கும்.

போட்டி

எல்லா அப்பாக்களும் என்று சொல்ல முடியாவிட்டாலும் சில அப்பாக்கள் தங்கள் மகன்களின் வெற்றிகளையே ஒப்புக்கொள்ள முடியாதவர்களாக இருப்பார்கள். அவர்களுடைய குணாதிசயம், தான்தான் சிறந்தவன் என்று நினைக்கும் குணாதிசயமாக இருக்கும். தன்னைத் தவிர, அது மகனாகவே இருந்தாலும்கூட அவர்களால், சிறப்பானவன் என்று எற்றுக்கொள்ள முடியாது.

நீயா? நானா?

பணியிலிருந்து அப்பா ஓய்வு பெறும்போது, மகன் வேலைக்குப்

போவான். அதனால் வீட்டில் குளிப்பதற்கு, உண்பதற்கெல்லாம் கொடுக்கப்படும் முன்னுரிமைகள் மாறும் அதை சில அப்பாக்களால் பொறுத்துக் கொள்ளமுடியாது என்பதை கேள்விப்பட்டிருக்கிறோம். சிறுகதைகளில் படித்திருக்கிறோம். ஆனால், பெற்ற அப்பாக்களுக்கு தங்கள் மகன்மீதே பொறாமை இருக்கும் என்றால் நம்ப சிரமமாகத் தான் இருக்கும்.

தான் டிப்ளமாதான் படித்திருக்கிறேன் என்பதால் மகனை என்னவெல்லாமோ சொல்லி, பி.இ. பட்டப்படிப்பில் சேர்க்கத் தயங்கிய அப்பாக்கள் உண்டு.

மகன்கள் சொல்லியதை முன்பே கேட்டிருக்கிறோம்.

5. "டேய் உன் அப்பாடா!"

அம்மாபோல அப்பா இல்லையே என்று சிலருக்குத் தோன்றலாம்.

அம்மாவும் அப்பாவும் ஒன்றல்ல. அந்த ஒப்பீடு வேண்டவே வேண்டாம். உதவாது. அம்மா வீட்டிலேயே இருப்பவர். பிள்ளையை வளர்க்கும் பொறுப்பை ஏற்றுக்கொண்டவர். சுமப்பது, பாலூட்டுவது போன்ற வேலைகளைச் செய்யும் காரணத்தால், அதிக நெருக்கம் கொண்டவர். அப்பாவுக்கும் குடும்பப் பொறுப்புகள் உண்டு. அது வேறுவிதமானது. அவர் சம்பாதிக்க வேண்டும். வெளியில் போக வேண்டும். உழைக்க வேண்டும், பணம் கொண்டுவர வேண்டும். அதன்பொருட்டு மகனிடம் அதிகத் தொடர்பின்றி இருப்பவர்.

என்ன ஆனாலும் அம்மா மாதிரி வருமா? என்கிற நினைப்பு தேவையற்றது, சரியில்லாதது.

அப்பா அடிக்கிறார் என்ற குற்றச்சாட்டும் சரியில்லை. அப்பா அடிக்காவிட்டால்தான் தவறு. அடிப்பது என்றால் தாங்கும் அளவு, தாக்கம் கொடுக்குமளவு. சீறினால்தான் பாம்பு. கட்டுப்பாடற்று அலையக்கூடிய மனம் உள்ளவர்கள்தான் அனைவருமே. குழந்தைகள் விதிவிலக்கல்ல. தந்தை என்பவர் மிரட்டலாம், அடிக்கவும் செய்யலாம். எல்லாம் நன்மைக்கே.

ராஜேந்திரன் என்றொரு நண்பர். அவர் சின்ன வயதில் அவருடைய அப்பாவிடம் நிறைய அடிகள் வாங்கியவர். இன்றைக்கு ஒரு தனியார் நிறுவனத்தில், அசிஸ்டெண்ட் வி.பி. ஆக இருக்கிறார்.

மாதச் சம்பளம் என்பதாயிரம் ரூபாய். வயது 28 கூட முடியவில்லை. அவர் வீட்டுக்குப் பக்கத்து வீடுகளில் வசித்த பையன்கள் இன்றைக்கு எவருடைய கடைகளிலோ மூவாயிரம் நாலாயிரத்துக்கு ஊழியம் செய்கிறார்கள். தான் இன்று நல்ல நிலையில் இருப்பதற்கு என் அப்பாவின் கண்டிப்பான அணுகுமுறைதான் காரணமாக இருக்க வேண்டும் என்று நினைக்கிறார், சொல்கிறார்.

என் சின்ன வயதில் என் அப்பா எனக்கு ஹிட்லர்போல என்று முன்பு, (இரண்டாவது அத்தியாயத்தில்) சொல்லிய ஒருவர், உடன் யோசித்துப் பார்த்துவிட்டு, பின்பு சொல்கிறார், அவருடைய கண்டிப்பே என் முன்னேற்றத்துக்குக் காரணம் என்று. அவர் மெக்கானிக்கல் இன்ஜினீயரிங் முடித்து ஒரு கப்பல் கம்பெனியில் நல்ல நிலையில் இருக்கிறார்.

நினைவில் நிற்பது வேண்டுமானால் அடியாக இருக்கலாம். அவர் இன்னும் எவ்வளவோ செய்திருப்பாரே!

அப்பா சொல்லாமல், கண்டிக்காமல், வேறு எவர் நம்மைக் கண்டிக்க முடியும்? சொல்கிற உரிமையும் கடமையும் அவருக்கு உண்டு. மகனை ஏதும் சொல்லாமல், அவன் விருப்பப்படி மட்டுமே இருக்கவிட்ட பெற்றோர், தங்கள் பொறுப்பை சரியாகச் செய்யவில்லை என்றே உலகம் சொல்லும். எனவே பிள்ளைகள் வருத்தப்பட்டாலும் பரவாயில்லை என்று மனதைக் கல்லாக்கிக்கொண்டு, கண்டிப்பவர்கள் உண்டு.

தன் பிள்ளைமீது ஒரு தாயைப்போன்ற பாசமுடைய அப்பாக் களும் உண்டு. அவர்கள் தாயுமானவர்கள். சில குடும்பங்களில் தாயின் குணம் அவ்வளவு சிறப்பாக இருக்காது. அடங்காதவர்களாக, ஆடுகிறவர்களாக இருக்கும் பெண்களும் உண்டுதானே. அப்படிப்பட்ட வர்களின் பிள்ளைகளுக்கு, தந்தையே தாய்போலக் கவனிக்க வேண்டியநிலை வரலாம்.

குழந்தை வளர்ப்புக்காக, வேலையை விடும் பெண்களுண்டு.

அந்த விதத்தில் தாய் உசத்தி என்று நினைக்கலாம். ஒரு தாயால் வேலையை விடமுடியும். தந்தையால் விடமுடியுமா? அவர் சம்பாதித்தே ஆகவேண்டும், வேறு வழியில்லை.

அவருக்கும் மற்ற எவரையும்போல ஈகோ இருக்கலாமே.! அவரை, அவருடைய தன்மானத்தைத் தொட்டால், அவரும் சீறலாமே. அதில் என்ன தவறு? அவர் பெற்ற பிள்ளை, அவர் வளர்த்த பிள்ளை அவரை மதிக்காவிட்டால், அவருடன் பேச்சுக்குப் பேச்சு எதிர்பாட்டுப் படித்தால், அவரும் பொறுத்துக்கொண்டேயிருக்க முடியுமா? அவருக்கும் ரோஷம் வரத்தானே செய்யும்? நான் உயர்வு, நீ மட்டம், எனக்குத் தெரியும், உனக்குத் தெரியாது. நான் பெரியவன், நீ சிறியவன் என்று எவர் சொன்னாலும், அது மகனே ஆனாலும், அவர் எப்படிப் பொறுத்துப் போக முடியும்? சீண்டப்பட்டால் எவரும் சற்று சீறத்தானே செய்வார்கள்.

அவருக்குள்ளும் ஈரநெஞ்சம் உண்டு. அவருக்கும் பிள்ளை என்ற வாஞ்சை, பாசம் உண்டு. ஆனால் அவர் ஆண்மகன். அவரால் காட்டிக்கொள்ள முடியாது. அவரால் அழமுடியாது. ஆண் அழக்கூடாது என்கிறது சமூகம். அவர் என்ன செய்வார் பாவம்.

மகனை காட்டுக்கு அனுப்பிவிட்டாரே தவிர, தசரதர் இறந்தது புத்திர சோகத்தால்தானே.

எவருமே உலகத்தை தங்கள் அனுபவம் என்கிற சாளரம் வழியாகவே பார்க்கிறார்கள். என் அப்பா 2007ல் இறக்கும்போது அவருக்கு வயது 86. அவருடைய தலைமுறை தெரிவதற்காக, புரிவதற்காக வயதைச் சொல்கிறேன். அவர் அவருடைய அப்பா விடம் மிகவும் மரியாதையும் பயமும் வைத்திருந்தவர். பக்தி என்றுகூடச் சொல்லலாம். தந்தை சொல்மிக்க மந்திரமில்லை என்கிற காலத்தைச் சேர்ந்தவர்.

அவருக்கு திருமணம் ஆன புதிது. வயது 17 அல்லது 18 தான். இரவு சாப்பாட்டுக்குப் பிறகு 'வாப்பா தம்பி' என்று என் அய்யா (தாத்தா) மகனை அழைத்துக்கொண்டு தெருவுக்கு வந்தார். ஆள் அரவமற்ற அந்தத் தெருவின் முனையில் இருந்த சிறிய சுவற்றின் (கல்வெர்ட்டின்) மீது அவர் அமர்ந்து கொள்வார். எதிரில் கட்டிய

கைகளுடன் மகன். இவற்றை எல்லாம் வீட்டின் முதல் மாடி அறையில் இருந்தபடி என் அம்மா சாளரம் வழியாகப் பார்க்கிறார். மாமனார் முன் கணவன் நிற்கிறார். இருவரும் பேசுகிறார்கள். அவர்களையே பார்த்துக் கொண்டிருக்கிறார் அவர்.

நேரம் ஓடுகிறது. பத்து நிமிடம், இருபது, முப்பது நிமிடங்கள். ஒரு மணி நேரம், ஒன்றரை மணி நேரம். இரண்டு மணி நேரம். அம்மா ஜன்னலில் சாய்ந்தபடி பார்த்தவர் பார்த்தபடி, நீயும் உட்காரப்பா' என்று அப்பா மகனிடம் சொல்லக் கூடாதா என்று நினைக்கிறார். ஆனால் அன்று மட்டுமல்ல, பல ஆண்டுகளுக்கும் அப்படியே தான் நடந்திருக்கிறது.

அப்பா முன் உட்காரக் கூடாது. பல வீடுகளில் அப்பா என்பவர் கிட்டடத்தட்ட ஒரு அன்பான அக்கறையுள்ள மேலதிகாரி போலவேதான். எங்கள் அய்யா தொழில் செய்து நட்டப்பட்ட பணத்திற்கான கடனை எல்லாம், வசூல் செய்ய, சென்னையில் படிக்க வந்தபோது நடையாய் நடந்தவர். எங்கள் அப்பா அய்யாவின் சில கடன்களைத் தன் முதல் சம்பாத்தியங்களிலிருந்து அடைத்தவர்.

அவர் மனதில் படிந்துள்ள அப்பா - மகன் பற்றிய உறவு இப்படித்தானே இருக்கும். அவரால் எப்படி மாறுபட்டுச் சிந்திக்க முடியும். அவர் செய்தது போலவே அவர் மகனும் செய்யவேண்டும் என்று நினைப்பது சரியா தவறா என்பதல்ல விவாதம். அவரால் அப்படிச் சிந்திக்க முடிவதற்கு அதுதானே காரணம். பாவம், அவர் அவர் தந்தைக்கு எவ்வளவோ செய்திருக்கிறார். அதே நினைப்பில் எங்களிடம் எதிர்பார்க்கிறார், என்ன தப்பு?

அப்பாக்களால் மனதுக்குள் இருப்பவன் மகன்தான் என்று ஆஞ்சநேயரைப் போல, மனதைத் திறந்தெல்லாம் காட்ட முடியாது. அப்படி வெளிப்படையாகச் சொல்வதுகூட அவர்களுக்குக் கடினம். கரடுமுரடுதான். ஆனால் உள்ளே ஏகப்பட்ட தவிப்பும் நேசமும் இருக்கும். கடிந்துகொண்டு வருவார். கைகூட நீட்டிவிடுவார். இரவு நீ தூங்கிய பிறகு, மனைவியும் பார்க்காத நேரமாக வந்து உன்னைத் தட்டிக் கொடுப்பார். தலையை வருடுவார். ஆண்மக்கள் அப்படித்தான், வெளிப்படையாக பாசத்தைக் காட்ட விரும்பாதவர்கள் என்பதை நீயும் பின்னால் புரிந்துகொள்வாய். அன்பு கொண்டிருப்பது.

அன்பைக் காட்டுவது. இரண்டும் வேறுவேறு. பெரும்பாலான அப்பாக்களிடம் இருக்கும் பெரிய பிரச்சினையே அவர்களுக்கு அன்பைக் காட்டத் தெரியாது என்பது தான். 'நல்லா சாப்பிடுடா' என்பதைக்கூட 'சரியா சாப்பிடுடா' என்று அதட்டியே சொல்லும் மனிதர்கள்.

நீண்டகாலத்தில் அக்கறையுள்ளவர்கள் சொல்பவை. அவர்கள் சொல்லும் நேரம் கடினமானதாகவே, சிரமப்படுத்துவதாகவே தெரியும்.

சீக்கிரம் எழு, படி, குளி, சரியாகச் சாப்பிடு, ஊர் சுற்றாதே, வீட்டில் உதவியாக இரு. இவைதானே அவர்கள் சொல்வது.

'அவனுடைய அப்பா அப்படியிருக்கிறாரே, இவனுடைய அப்பா இப்படியிருக்கிறாரே. என் அப்பா அப்படியெல்லாம் இல்லையே' என்கிற ஒப்பீடுகளே வேண்டாம். எப்படி அப்பா நம்மை மற்றவர் வீட்டுப் பிள்ளைகளுடன் ஒப்பிடக்கூடாது என்று நினைக்கிறோமோ, அதேதான் இங்கேயும். நபருக்கு நபர் பர்சனாலிட்டிகள் வேறுபடும். குடும்பச் சூழ்நிலைகளும் வேறுபடும். ஒரேபோல இருக்க முடியாது.

திருச்சியில் பணியாற்றியபோது, இராமகிருஷ்ணன் என்று ஒரு மேலாளருடன் பணியாற்றினேன். அவர் அதிகம் பேசமாட்டார். திறமையானவர்தான். ஆனால் வேலை சரியாகச் செய்வதில்லை என்று பெயரெடுத்தார். அவருடைய நாற்பத்து ஐந்தாவது வயதில் வயிற்று வலி காரணமாக, மருத்துவமனையில் அனுமதிக்கப்பட்டார். ஒரு வாரத்தில் இறந்துபோனார். கொன்றது லிவர் சிரோசிஸ் என்றார்கள்.

எதையோ மனதிற்குள் பூட்டி, குமைந்து குமைந்து, அது அவரது சிறுகுடலையும் இன்னும் சில முக்கிய உறுப்புகளை அரித்துவிட்டது என்பதுபோல ஒரு மருத்துவர் விளக்கம் சொன்னார். வெளியில் வரும்போது அவருடைய பக்கத்து வீட்டுக்காரர் சொன்னார், 'அவருக்கு மனநலம் குன்றிய மகன் ஒருவன் இருக்கிறான். பாவம். அதே கவலையில் இறந்துபோனார்' என்று.

சின்ன வயதில் விளையாட்டு, பிறகு படிப்பில் கவனம், அதன் பின் இசை, நடனம், கலை, விளையாட்டு என்று ஏதோ ஒன்றில்

நாட்டம். வேலை, காதல், கல்யாணம், தன் பிள்ளை, வேலையில் முன்னேற்றம் என்று எப்போதும் நாம் பிசியாகவே இருக்கலாம். ஆனால் பாவம், நமக்காகச் செய்தவருக்கு உதவியாக இருக்க வேண்டாமா? கேட்டுக் கேட்டுச் செய்ய வேண்டும். செய்யவே விடமாட்டார். நாம் உதவாவிட்டால், செய்யாவிட்டால் அவருக்கு யார்தான் செய்வார்கள்?

நம் படிப்பைக் கொண்டாடியவர், தோளில் தூக்கி வைத்து ஊர் உலகத்தைக் காட்டியவர், தேடியலைந்து தன் சக்திக்கு மீறிய பணம் கட்டி, தான் படிக்க முடியாத, விரும்பிய பெரிய பள்ளிக் கூடங்களில் படிக்க வைத்தவர், நம்மை உருவாக்குவதில் தன் சுகங்களைத் தியாகம் செய்தவர். நம் வருங்காலம் பற்றிக் கனவு கண்டவர், அதற்காகத் தன் கனவுகளை கலைத்துக் கொண்டவர், அவருக்குச் செய்யாமல், வேறு யாருக்குச் செய்யப் போகிறோம். அவர் மனம் வருந்தவிடலாமா?

அவர் வாய்விட்டுக் கேட்க மாட்டார். அவரால் முடியாது. செய்தவர். ஆனால் செய்தேனே என்று சொல்லிக்காட்ட, பிரதிபலன் கேட்க முடியாதவர். பெரிய மனிதர். நம் நலம் விரும்பி. அவர் கேட்குமளவு நாம் வைத்துக் கொள்ளக்கூடாது.

மகன் வாங்கிக் கொடுத்த சட்டைகள், கடிகாரங்கள், வண்டிகள் எல்லாம் அவருக்குக் கிடைக்கும் விருதுகள்போல. செய். உன்னால் முடிந்ததெல்லாம் செய். அதைவிட முக்கியமாக சொல்லால் சுடாதே!

மரியாதை குறைவாக நடத்தாதே. பேசு, கலந்துகொள். ஆலோசனை கேள். அதுவே அவருக்கு நீ கொடுக்கும் மதிப்பு. வாழ்ந்த சிங்கம், அது கிழடுதட்டிப்போயிருந்தாலும், அதன் மதிப்பு குறையாது.

அவருக்கு அப்பா என்கிற பொறுப்பு மட்டுமல்ல, அவருடைய அந்த இளமைக் காலத்தில், புதுமனைவி, வேலை, பொருளாதார நெருக்கடிகள், அடையாளம் பதிக்கவேண்டிய கட்டாயம் என்று பலவும் சூழ்ந்திருந்த நேரம் நீ பிறந்திருப்பாய். ஒரு குடையில் பல கம்பிகள் இருப்பதுபோல, அவருக்கும் அவருடைய பெரிய குடும்பம், மனைவி என்று பலவிதமான பொறுப்புகள் இருந்திருக்கும். எதையும்

மனதில் வைக்காதே. அவரைப்போல அம்மாவைத் தவிர உனக்கு வேறு உறவு உண்டா? உன் நலம் விரும்பி அவர். அவர் ரத்தம் நீ.

டேய் அவர் உன் அப்பாடா...! இதற்குமேல் என்ன சொல்ல?

உன் மனதில் பதிந்திருக்கலாம், பதியாமல் போயிருக்கலாம். உனக்கு நினைவில் இல்லாமல் இருக்கலாம். ஒவ்வொரு அப்பாவும் தன் மகன் பற்றிய கனவை மனைவியின் கருவில் மகன் தோன்றியதில் இருந்தே ஆரம்பித்துவிடுகிறார்கள். மகன் உள்ளே வளர்வதாலேயே மனைவியிடம் கூடுதல் பிரியம் காட்டி வருவார். அவளுக்கு ஊட்டி, உன்னை வளர்ப்பார். வயிற்றுக்குள் அம்மா வளர்த்தால், மனதுக்குள் அதைவிட இன்ப சுமையாக அப்பா வளர்க்கிறார். மகன் பிறந்தவுடன் மகிழ்ச்சி. இன்பத்தின் உச்சத்துக்கே போய்விடுகிறார். 'எனக்கு மகன் பிறந்திருக்கிறான், எனக்கு மகன் பிறந்திருக்கிறான்' என்று தெரிந்தவரிடம் எல்லாம் இனிப்பைப் பகிர்ந்துகொள்கிறார். மகனின் ஒவ்வொரு அசைவையும் வளர்ச்சியையும் பார்த்துப்பார்த்து ரசிக்கிறார், மகிழ்கிறார். உன்னைத் தோளிலும் மார்பிலும் போட்டு வளர்க்கிறார். தூக்கிச் சுமக்கிறார். அவருடைய விரல்களை நீ உன் பிஞ்சு விரல்களால் பற்றிக்கொள்ள அவர் போகும் இடங்களுக்கு எல்லாம் உன்னை அழைத்துச் செல்கிறார்.

சில அப்பாக்கள் கெடுபிடியாகத்தான் இருப்பார்கள். ஆனால் கைவிட்டுவிட மாட்டார்கள். தானாக முயற்சிக்கும் மகனை, 'சரி செய்து பார்க்கட்டும், விழுந்து படிக்கட்டும், கற்றுக்கொள்ளட்டும்' என்று விடுவார்கள். ஆனால் தூரத்தில் இருந்து கண்காணித்துக் கொண்டேதான் இருப்பார்கள்.

லலித் மோடியைப் பலருக்கும் IPL என்கிற மாபெரும் விளையாட்டுப் போட்டியை வெற்றிகரமாக நடத்தியவராகவும் பின் அதே அமைப்பின் சிக்கலினால் மாட்டிக்கொண்டவராகவும் தெரிந்திருக்கும். அவருடைய அப்பா ஒரு மிகப்பெரும் பணக்காரர், மோடி குரூப் ஆஃப் கம்பெனீஸின் முக்கிய குடும்ப உறுப்பினர் என்பதும் தெரியாமல் இருக்கலாம்.

IPL-ல் பிரச்சினை வந்து, லலித் மோடி சிக்கலுக்குள்ளான போது, அவன் குற்றமற்றவன், நீ வா நம் வியாபாரத்தைப் பார்த்துக்கொள் என்றார் அவரது தந்தை.

அபிராமி மெகா மாலின் உரிமையாளர் அபிராமி ராமநாதன் கல்லூரியில் படிக்கும்போது, சிறிய வியாபாரங்களை அனுமதி பெற்று விடுதிக்குள்ளாகவே செய்து சுமார் ஏழாயிரம் ரூபாய் வரை 1970களிலேயே சம்பாதித்தவர்.

நல்ல வசதியான பெற்றோருக்குப் பிள்ளையாகப் பிறந்திருந்தாலும், தானே ஈட்டிய பணத்தில், சிறிய பிளாஸ்டிக் மோல்டிங் மிஷின் தொழில் தொடங்கினார். நட்டம். விவரம் தெரியாமல் செய்த தொழிலால் மொத்தப் பணமும் காணாமல் போனது. போனது போகட்டும், புதிது கொள்முதலாகட்டும். வா வந்து நம் தொழிலைச் செய் என்று சொன்னவர் அப்பா. அங்கிருந்து தொடங்கியதுதான் அவருடைய வெற்றிப் பயணம். தற்போது சென்னையின் முதல் 7 நட்சத்திரத் திரையரங்கம் வரை வந்திருக்கிறது.

பிறந்த நாள்களின்போது, நல்ல நாள் பெரிய நாள்களின்போது காலில் விழுந்து அவரை வணங்குவதிலோ, சட்டை, கடிகாரங்கள், செல்போன்கள் வாங்கிக் கொடுப்பதிலோ மட்டுமில்லை. மதிப்பு என்பது தகவல் தெரிவிப்பதில் இருக்கிறது. உன் சாதனைகளை, வெற்றிகளை உன் வீட்டு விசேஷங்களை மற்றவர்கள் மூலம் அவர் தெரிந்துகொள்ளவேண்டுமா? கடைசி நேரத்தில் அழைப்பு மட்டும் அனுப்புவதுதான் மரியாதையா?

அவருக்கு வயதாகிறது. இன்னும் சின்னப் பிள்ளை இல்லை.

புரிந்துகொள். இங்கே வாருங்கள். அப்படியிருங்கள், இப்படியிருங்கள் என்றெல்லாம் இழுத்தடிக்காதே. ‘அண்ணன் வீட்டுக்குப் போனாயே என் வீட்டுக்கு வா. அதுவும் இன்றே, உடனே.’ இதெல்லாம் முடியுமா? உன் போட்டிக்கெல்லாம் அவரை அலைக்கழிக்காதே.

அவர் என்ன செய்யலாம். செய்யக் கூடாது என்று நீயும் ஆலோசனை சொல்லலாம். ஆனால் முடிவுகளை அவர் எடுக்கட்டும் அவரைவிட நீ அதிகம் படித்திருக்கலாம். மிகவும் அதிகமாக சம்பாதிக்கவும் செய்யலாம். அதற்காக மனம் விரும்புகிற, அவர் ஜீவன் ஓட்டிக் கொண்டிருக்கிற வேலையையோ, வியாபாரத்தையோ, வருமான அளவு என்கிற தராசால் மட்டுமே அளந்து, ‘அது எதற்கு? வேண்டாம். விட்டுவிடுங்கள். எங்களோடு வந்துவிடுங்கள்’ என்று நிர்ப்பந்திக்காதே.

காசு பணம் அல்ல. அது அவர் வாழ்க்கை. அப்படி வாழ்வதுதான் அவருக்கு திருப்தி. பழைய கட்டடங்களின் பழமை மாறாமல், உறுதிப்படுத்து. இடித்துவிட்டு மாடி வீடு கட்டுவது கூட்டைக் கலைப்பதற்குச் சமம்.

அவர் விருப்பம் தெரிந்து அந்தத் திசையில் உன்னால் ஓட முடியா விட்டால் ஒதுங்கிக் கொள். நோகடிக்காதே. பிள்ளை என்பதால் மட்டுமே அவர் நாசூக்காக விட்டு விடுகிறார். கடன் வாங்கி படிக்க வைத்தார். அவர் பயன்படுத்திய வண்டியையும் கொடுத்தார். வாங்கிப் போட்டிருந்த இடத்தில் வீடு கட்டிக் கொள் என்றும் சொல்லி விட்டார். உன்னுடைய புதுப்புதுத் தேவைகளுக்கு இன்னும் ஏன் அவரை எதிர்பார்க்கிறாய்? அவர் வைத்திருப்பதே உனக்காகத்தானா?

நீ வளர்ந்து விட்டதால், உன் தனிப்பட்ட வாழ்க்கை தொடங்கி விட்டதால், அவருடைய வாழ்க்கை முடிந்துவிடுமா என்ன? அவர் சம்பாதித்ததை அவர் விருப்பப்படி தானே வைத்திருக்கவோ செலவு செய்யவோ விட்டால் என்ன? ஏன் அது உன் கண்ணை உறுத்துகிறது?

'வைத்துக்கொண்டு என்ன செய்யப்போகிறார்?' என்று அவர் காதுபடவே உன் மனைவி பேசுகிறாளே! நீ கண்டிக்க வேண்டாம்?

அவரை உன் மனைவியிடம் அட்ஜஸ்ட் பண்ணிக்கொள்ளச்சொல்கிற உனக்கு, அவரிடம் அனுசரித்துப் போ என்று மனைவியிடம் சொல்லும் தைரியம் உண்டா?

தொடக்கத்தில் பெற்றோருக்காக, பின்பு மனைவிக்காக, அதன் பிறகு பிள்ளைகளுக்காக என்று எல்லோருக்காகவும் அவர் வாழ்ந்தாகி விட்டது. அவருக்காக என்றும் வாழ அவருக்கு உரிமையில்லையா? அவர் என்ன செய்ய வேண்டும், எவ்வளவு, எப்போது, எப்படி என்றெல்லாம் கட்டாயப்படுத்துவதை விட்டுவிடு.

‘ஏங்க, உங்க மருமகள் சம்பளம் என்னங்க?’

‘தெரியலையே...’

‘என்னங்க, உங்க மருமகள் சம்பளங்க...’

'அட நீ ஒண்ணு, என் மகன் சம்பளமே எனக்கு என்னன்னு தெரியாது!'

'ஆமாம், ஏன் உன் சம்பளம் எவ்வளவு என்று உன் அப்பாவுக்குத் தெரிவிப்பதேயில்லை. அப்படி என்ன ரகசியம் அது.'

'உன் பட்டம் பதவியுயர்வுகளை தெரிவிக்கிறாய். சம்பளத்தை சொன்னால் என்னவாம்?'

பயமா? எங்கே அப்பா உன் நிலைமை நன்றாகத்தான் இருக்கிறது என்கிற முடிவுக்கு வந்துவிடுவாரோ என்கிற பயமா? உன் அப்பா பணத்தை உன் பணம் என்று நினைக்கிற உன்னால், ஏன் உன் பணம் அப்பா பணம் என்று ஏன் நினைக்க முடியவில்லை. அதெப்படி உன் குடும்பம் மட்டும் தனியாகிவிடுகிறது!

யாருக்கு ஓய்வு?

முன்பெல்லாம் வேலையில் இருந்து ஓய்வுபெறும் வயது என்பது 55 ஆக இருந்தது. அதன்பின் அது 58 ஆக உயர்த்தப்பட்டது. பின்னர் 60 ஆனது. 62, 65 ஆண்டுகள் வரை பணி செய்யலாம் என்றிருக்கிற இடங்கள் உண்டு.

ஏன் இந்த மாற்றங்கள்? நீட்டிப்புகள்? முதல் காரணம், 'லாஞ்சி விட்டி' எனப்படும் சராசரி வாழ்நாள், ஆயுள் தொடர்ந்து அதிகரித்து வருகிறது. சுகாதாரம், உணவுப் பழக்கங்கள், மருத்துவ வசதிகள் காரணமாக நிகழ்வது இது. இரண்டாவது காரணம், விவரமறிந்தவர்கள், அனுபவம் பெற்றவர்களை ஏன் இழக்கவேண்டும் என்கிற எண்ணம்.

வேறு ஒரு புறம் பார்த்தால், விருப்ப ஓய்வு என்றும், கட்டாய ஓய்வு (வி.ஆர்.எஸ்., சி.ஆர்.எஸ்.) என்றும், பணி ஓய்வு பெற நிர்ணயித்த வயதுக்கு முன்பாகவே வேலையில் இருந்து விலக அனுமதிக்கிறார்கள் அல்லது கேட்டுக் கொள்கிறார்கள். ராஜினாமா எனப்படும், ஓய்வு என்று சொல்லாமல், வேலையை விட்டு விலகுவதும் உண்டு.

ஆக, வேலையில் இருந்து ஓய்வு, இன்ன வயதில்தான், அல்லது குறிப்பிட்ட வயதுக்குள் என்பது சௌகர்யங்களைப் பொறுத்தது. அந்த வயதே, அந்த ஓய்வுபெறும் நிகழ்வே ஒரு முக்கிய மைல்கல்

அல்ல. வேலையில் இருந்து ரிட்டையர் ஆனதும் வாழ்க்கையில் இருந்தும் ரிட்டயர் ஆகமுடியாது. உடலும் உள்ளமும் ஒத்துழைக்கிற வரை விழைகிறவரை அவர் வாழ்ந்தாகவேண்டும்.

முன்பெல்லாம் மணி விழா எனப்படும் 60 வயது வரை வாழ்பவர்கள் குறைவாகவே இருந்தனர். இப்போது 80 வயது வரை வாழ்பவர்கள், அதற்கு மேலும் வாழ்பவர்களும் அதிகம். பணி ஓய்வுக்குப் பின் வாழ்கிற முப்பது நாற்பது ஆண்டுகளுக்குத் தேவைப்படும் பணம் கணிசமானது. நிரந்தர வருமானம் நின்றுபோய்விடும், பென்ஷனோ அல்லது முதலீடுகளில் இருந்து கிடைக்கும் வருமானமோ, தொடக்கத்தில் போதுமானதாக இருக்கலாம். ஆனால் தொடர்ந்து உயருகிற விலைவாசியாலும் அதிகரித்துக்கொண்டே போகிற மருத்துவச் செலவுகளாலும், எந்த அளவு வருமானமும் போதாமல் போய்விடும். தான் எவ்வளவு காலம் வாழ்வோம் என்கிற முடிவு நிலை தெரியாதவர்களால், எப்படி தங்கள் பணத்தை, வருமானத்தை திட்டமிட முடியும்?

கையிலிருந்து சொத்துக்களைப் பிரித்துக் கொடுக்கலாம்தான். ஆனால் தனக்கே பின்னால் தேவைப்பட்டால், யாரிடம் போய் கேட்பது. எல்லோரும் நல்லவர்கள்தான். ஆனால் மனித மனம் நிலையானது இல்லையே. தானாகவோ, சொல்வார் பேச்சைக் கேட்டுக் கொண்டோ பெற்றவர்களைக் கைவிட்டு விடலாமே. படிப்பு, வசதிகள், பண்புகள் என்று பல வகைகளில் உயர்ந்திருப்பவர்களே, தங்கள் பெற்றோரை, கவனியாது விட்டு விடுவது உலகத்தில் தொடர்ந்து நடைபெறுவது மட்டுமல்ல, அதன் எண்ணிக்கையும் கூடிக்கொண்டே போகிறதே.

அவருக்கும் அந்த அச்சம் இருக்கும்தானே. மிகச் சிறப்பாக வாழ்ந்துவிட்டு, தானே பெரிய அளவில் சம்பாதித்து, தன் பிள்ளை களுக்கு மனநிறைவுடன் வாழ்த்தி, சொத்துக்களைப் பிரித்துக் கொடுத்த பலர், அவர்களின் இறுதிக் காலத்தில் சாப்பாட்டுக்கு சிரமப்பட்ட கதைகளை எல்லா இடங்களிலும் கேட்க முடியும்.

நல்ல கல்வி கொடுப்பதற்கு அவர் பொறுப்பு. வளர்த்து ஆளாக்கி, தானே வேர்வை சிந்தி, பொருள் ஈட்டும் அளவுக்குக் கொண்டு வருவதுவரை அவர் கடமை. அதற்கு மேல் அவரவர் வாழ்க்கைக்கு

அவரவர்தானே பொறுப்பு எடுத்துக்கொள்ள வேண்டும்! தொடர்ந்து அவரையே எதிர்பார்ப்பது எந்த விதத்தில் நியாயம்?

வயதானபின் அவரும் ஒரு குழந்தை. அவருக்கு நாம் செய்ய வேண்டியது போக, அவரிடம் தொடர்ந்து எதிர்பார்த்தல் அழகல்ல. எதிர்பார்த்தல் ஒரு நிலை. அதற்கு மேல் பல படிகள் போவது பாவம்.

நிர்ப்பந்திப்பது, ஏசுவது, குத்தலாகப் பேசுவது, சிரமப்படுத்துவது, உதாசீனம், அலட்சியம் காட்டுவது. கையில் இருக்கும் ஓரளவு பணத்தையும், தனக்கு ஏதாவது ஒரு வீடு வாங்குவது, வண்டி வாங்குவது போன்ற தேவையைக் காட்டித் தரச்சொல்வது எல்லாம் சரியில்லை.

மகன் வீட்டில், அவன் பராமரிப்பில் வாழும் ஒருவரை மகனும் உடன் உணவு கொடுக்கும் மருமகளும் சேர்ந்து நேரடியாகவோ, மறைமுகமாகவோ தொடர்ந்து கேட்டால், நச்சரித்தால் அவர் நிலை தான் என்ன?

இன்னும் எவ்வளவு தூரத்திற்குப் பணம் என்ற பெட்ரோல் தேவைப்படும் என்று தெரியாத நிலை, அவரது வண்டி ஓடுகிறவரை அவருக்கும் தேவைதானே. அவராக, பிரியப்பட்டு, ஏதோ ஒரு நேரம் நெகிழ்ச்சியில் முழுவதையும் கொடுக்க முன்வந்தாலும், மறுப்பதே நாகரிகம்.

6. “பாவம் சார் நீங்க...”

‘உங்களுக்கு இருக்கும் பொறுப்புகள் ஏராளம். மனைவி, குடும்பம், வேலை அல்லது வியாபாரம். இவற்றுக்கு நடுவே வந்து படிக்கும் பிள்ளை. அவன்மீது உங்களுக்கு அதிக ஆசைதான். அவன் முன்னேற்றத்தில் கொள்ளை ஆசைதான். அதனால்தான் கண்டிக்கிறீர்கள். உங்களுக்கு இருக்கும் படிப்பு, வயது, அனுபவம் காரணமாக உங்கள் மகன் எப்படி வளர வேண்டும் என்பது பற்றி உங்களுக்கு ஒரு கனவு இருக்கிறது.

உங்கள் பிள்ளை நன்றாக வரவேண்டும், புகழ் பெற வேண்டும். சிறப்பாக வாழ வேண்டும் என்று நீங்கள் நினைக்கிறீர்கள். நீங்கள் பட்ட பாடினை உங்கள் மகன் படக்கூடாது என்று தீர்மானிக்கிறீர்கள். உங்களுக்கு என்று ஒரு வாரிசு, சொந்தப் பிள்ளை, அருமை மகன் வந்து பிறந்து விட்டான் என்று உங்கள் மனம் குதூகலிக்கிறது. எதை வாங்கினாலும், அவனுக்கென்றால் சிறப்பானதாகவே வாங்குகிறீர்கள். மனது முழுக்க இனம்புரியாத சந்தோஷம். நிறைவாக உணருகிறீர்கள். வாயைத் திறந்து அப்பா என்று மழலையாக அவன் அழைக்கும் போது நீங்கள் அடையும் ஆனந்தத்திற்கு அளவே இல்லை. அவனுடைய பிஞ்சுக் காலைத் தூக்கி அவன் பாதத்தால் உங்கள் முகமெல்லாம் தேய்த்துக் கொள்கிறீர்கள். உங்கள் பிள்ளை உங்கள் அங்கம். உங்களின் நகல்.

குட்டிப்பயல் என்கிற சந்தோஷம் உங்கள் மனசெல்லாம் அப்பிக் கொண்டிருக்கிறது.

அவனுடைய முக அமைப்பு, அங்க அசைவுகள் உங்களுடையதைப் போலிருக்கிறது எனப் பலரும் சொல்லக் கேட்டுப் பெருமையாக இருக்கிறது உங்களுக்கு. நீங்கள், உங்கள் மனைவி, உங்கள் பிள்ளை என்கிற சின்ன குடும்பம் பற்றிய உங்களுடைய நினைப்பு உவகை தருகிறது. அதுவரை வேலை, வெளியிடங்கள் போன்றவற்றை அதிகம் நினைத்துக்கொண்டிருந்த உங்களுக்கு, முக்கியமான அலுவலக வேலைகளுக்கு இடையே கூட அவனுடைய சிரிக்கும் முகம் அடிக்கடி நினைவுக்கு வருகிறது.

அவன் தூங்கினால் ரசிக்கிறீர்கள். சோம்பல் முறிப்பதும், கொட்டாவி விடுவதும்கூட பிரமாதமான அழகாகத் தெரிகிறது உங்களுக்கு. அவன் தும்மினால் நீங்கள் பதறுகிறீர்கள். அவன் உங்கள் ஆள். முழுக்க முழுக்க உங்களுக்குச் சொந்தம் என்கிற களிப்பு உங்களிடம் விரவிக் கிடக்கிறது.

அவன் தவழ்வது, சுவரைப் பிடித்து நடப்பது எல்லாம் பெரிய அதிசயங்களாகத் தெரிகின்றன. அலுவலகத்தில் இருந்து நீங்கள் திரும்பி வந்ததும், அவன் பகலில் செய்ததையெல்லாம் உங்கள் மனைவி வியப்புடன் சொல்லச்சொல்ல, ஆர்வமாகக் கேட்கிறீர்கள். அவனுக்கு இன்னும் பேச வரவில்லை என்பது தெரிந்தும் அவனோடு பேசுகிறீர்கள். அவன் சிரிப்பில் உங்களை மறந்து போகிறீர்கள்.

சிறந்த பள்ளித் தேடி, சைக்கிளில், ஸ்கூட்டரில், முன்னால் வைத்துக் கொண்டு போய் விடுகிறீர்கள். சீருடையில் அவனைப் பார்த்து, பல பெரிய படிப்புகள் படிக்கவைக்க முடிவு செய்கிறீர்கள். உங்களுக்குத் தெரிந்ததையெல்லாம் அவனுக்குச் சொல்கிறீர்கள்.

அவன் தவறுகள் செய்தால், அவன்மீது இருக்கும் அளவற்ற அன்பால் கண்டிக்கிறீர்கள். செய்த தவறுகளையே மீண்டும் செய்தால், சினம் வந்து கைநீட்டி விடுகிறீர்கள்.

அவன் சற்று வளர்ந்த பின் ஏனோ உங்களுக்கு, பழைய ஈடுபாடு குறைகிறது. பொறுமையாகப் பேச முடிவதில்லை.

நீங்கள் சொன்னபடி எல்லாம் அவன் கேட்கவேண்டும் என்று நினைப்பதில் தவறில்லை. ஆனால் அவன் கேட்காதபோது உங்களுக்கு எரிச்சலாக இருக்கிறது. அதற்குக் காரணம், ஏமாற்றமா? பொறுமையின்மையா? அல்லது உங்கள் வேலை பளுவா? சொல்ல முடியவில்லை.

அவனிடம் உங்களுக்கு அன்பு தொடர்ந்தாலும், உங்களால் ஏனோ அதை வெளிப்படையாகக் காட்டிக் கொண்டிருக்க முடியவில்லை. அவன் செய்வது ஏதும் தவறு என்று தெரிந்தால், அவன் உங்கள் சொல்படி கேட்காவிட்டால் ஆத்திரம் வந்துவிடுகிறது. அடிக்கிறீர்கள். உங்களுக்கே தெரிகிறது, நீங்கள் முன்போல் இல்லை என்று. அதற்குக் காரணம், அவனும் முன்போல் இல்லை என்று உங்களை நீங்களே சமாதானப்படுத்திக்கொள்கிறீர்கள்.

போகப் போக, அவனிடம் நீங்கள் ஒரு வாத்தியார் போலவே, போலீஸ்காரர் போலவேதான் நடந்துகொள்கிறீர்கள். தவிர, அவனை புரிந்துகொண்டு, அவன் தவறுகளை ஏற்றுக்கொள்பவராக இல்லை. அப்படிச் செய்வது நீங்கள் எதனுடனோ சமரசம் செய்து கொள்வது போன்று உங்களுக்குத் தோன்றுகிறது. கூடாது, அப்பா என்றால் கண்டிப்புடனே இருக்க வேண்டும் என்று நீங்களே முடிவுகட்டிக் கொள்கிறீர்கள். அவனிடமிருந்து வலிய விலகிக்கொள்கிறீர்கள்.

பாவம் சார் நீங்கள்.

உங்களை உங்கள் நிலையை என்ன என்று சொல்வது?...

7. "ஆனாலும் புரிஞ்சுக்கோங்க.."

நீங்கள் அவன் நலனுக்காகத்தான் செய்கிறீர்கள் என்று ஏன் அவனுக்குப் புரிவதில்லை என்று உங்களுக்குக் குழப்பமாகயிருக்கிறது. அப்பாதானே நான்! செய்ய கடமை இருக்கிறது, செய்கிறேன். நான் அடிக்கக் கூடாதா? பேசக் கூடாதா? எனக்கு அந்த உரிமையில்லையா? ஏன் புரிந்துகொள்ள மறுக்கிறார்கள் என்கிற கேள்வி உங்கள் மனதில் தொக்கி நிற்கிறது.

சின்னப் பையன் அடித்தால் கண்டித்தால், விறைப்பாகப் பார்க்கிறான். அவ்வளவு ஏன், உங்களையே சமயத்தில் பதிலுக்கு முறைக்கக் கூட செய்கிறான். இதெல்லாம் சரிதானா? அவன் அம்மா வேறு அவனுக்குப் பரிந்து பேசுகிறார்கள். இவர்கள் எல்லாம் உங்களைப் பற்றி என்ன நினைத்துக்கொண்டிருக்கிறார்கள் என்று உங்களுக்குக் கோபம் வருகிறது.

உங்களுக்கு இருக்கும் பொறுப்புணர்வால்தான் இதெல்லாம் செய்கிறீர்கள். இவற்றையெல்லாம் விட்டுவிட்டு எக்கேடும் கெட்டுப் போ என்று சொல்ல உங்களுக்கு எவ்வளவு நேரமாகும்? அது சுலபம்தான் என்று அவனுக்கும் புரியவில்லை. அவனுக்குப் பரிந்துபேசும் அவன் அம்மாவிற்கும் தெரியவில்லை என்று எண்ணி வருத்தப்படுகிறீர்கள். ஆனாலும் புரிஞ்சுக்கோங்க.

அவன் உங்கள் மகன்தான். சின்னப் பையன்தான். நீங்கள் தூக்கி வளர்த்தவன்தான். ஏதும் தெரியாமல் இருந்தவனுக்கு நீங்கள்தான் எல்லாம் சொல்லிக் கொடுத்தீர்கள். அதற்காக...!

அவன் இப்போது ஒரு அடல்ட் சார். வயதுக்கு வந்துவிட்டவன். அவனுக்கும் சுயமரியாதை உண்டு. காப்பாற்றிக் கொள்ள முகம் உண்டு. அவனை இனி வாய்க்கு வந்தபடி திட்டுவதை விட்டு விடுங்கள். முந்தைய நினைப்பிலேயே இருக்க வேண்டாம். நன்றாக நினைவுப்படுத்திக் கொள்ளுங்கள், அவன் வளர்ந்துவிட்டான்.

அவனுக்கும் படிக்க ஆசைதான். நல்ல வேலை சம்பாத்தியம் எல்லாம் தேவைதான். அதைச் சொல்லும் முழு உரிமையும் உங்களுக்கு உண்டு. அதனால் அவனை எப்படி வேண்டுமானாலும் சொல்வதா? பக்குவமாகச் சொல்கிற அப்பாக்கள் ஜெயிக்கிறார்களே. ஏன் வளர்ந்த ஆண்பிள்ளையை அதட்டவேண்டும்? அசிங்கப்படுத்த வேண்டும்? இதனால் உண்டாகும் நன்மையைவிட தீமையே அதிகம் என்று உங்களுக்கு ஏன் புரியவில்லை?

அவனுக்கு மற்றவர்களைப்போலவே சிலவற்றில் கூடுதல் திறன்கள் உண்டு. சிலவற்றில் அது கிடையாது. படித்தால் கட்டாயம் உயர்வுதான். படிக்காமல் உயர்ந்தவர்களும் உண்டே. படிப்பு ஒன்றே குறியென, தடாலடியாக நடந்துகொண்டவர்கள், அவர்களின் பிள்ளை களையே இழந்த கதைகளை நீங்களும் கேள்விப்பட்டிருப்பீர்கள். பத்திரிகைச் செய்திகளில் படித்திருப்பீர்கள்.

அவன் பக்கத்து நியாயங்களைப் புரிந்துகொள்பவர்களை அவனுக்கும் பிடிக்கும். 'என்ன செய்வாயோ, ஏது செய்வாயோ எனக்குத் தெரியாது' என்பது என்ன நியாயம்? அவனுடைய பலம், பலவீனம், ஆசைகள் முதலியவற்றையும் புரிந்துகொள்ளப் பாருங்கள். உங்கள் ஆசைகளை எல்லாம் அவனால் நிறைவேற்ற முடியாது. அவன் தனி ஆள். வேறு மனிதன். அவன் மனது வேறு.

அவன் குறைகளையே எப்போதும் சுட்டிக்காட்டினால் அவனும் தான் பாவம் என்ன செய்வான். உங்களிடம் எந்தக் குறையுமே இல்லையா? நீங்கள் எல்லாவற்றிலும் சிறந்தவரா? விடுங்கள். விட்டுப் பிடியுங்கள். எல்லோருக்கும் ஏதாவது செய்ய வரும். அவனும் மேலே வந்து விடுவான்.

உங்களால் இப்போது இந்த வயதில் செய்ய முடிவதை எல்லாம் அவனால் எப்படிச் சின்ன வயதிலேயே செய்யமுடியும். அது உங்களால் முடிகிறது என்பதாலேயே, அவனாலும் முடியும் என்று நினைப்பது எப்படி சரியாகும்? முடியாததைக் கட்டாயப்படுத்த, கட்டாயப்படுத்த, அவன் வயதில் விபரீத எண்ணங்களும் வந்து விடலாம். நீங்கள் பட்டுதான் தெரிந்துகொள்ளப்போகிறீர்களா?

அவன் விருப்பங்களும் திறன்களும் நம்முடையனவற்றில் இருந்து வேறுபட்டதாக இருக்கலாம். நமக்குத் தெரிந்தது மட்டுமே சரி என்கிற உங்களின் எண்ணம் சரியா? கலீல் ஜிப்ரான் சொல்லுவார், நம் பிள்ளைகள் நம் மூலம் இந்த உலகிற்கு வந்தவர்கள். அவ்வளவுதான். அவர்கள் நம்மைப்போலவே இருக்கவேண்டும் என்பதில்லை; அவன் ஆசைகள் வேறாக இருக்கலாம். தவறேயில்லை. தவறானதாக சட்டத்துக்குப் புறம்பானதாக இல்லாத எதையும் நீங்கள் அனுமதிக்கலாம்.

எங்கள் காலத்தில்... என்கிற பேச்சை விட்டுவிடுங்கள். காலம் எப்போதும் ஒரேபோலவா இருக்கிறது! எவ்வளவு மாற்றங்கள். நாம் நம் பெற்றோர் செய்தது போன்றோ எல்லாவற்றையும் செய்கிறோம். கொஞ்சம் நிதானியுங்கள். புரிந்துகொள்ளுங்கள். அவன் இருக்கும் காலம், உலகம் வேறு. முற்றிலும் வேறு.

எல்லோருக்கும் சுதந்திரம் தேவைப்படுகிறது. அன்பின் காரணத்தால் சொல்லப்பட்டாலும் கட்டுப்பாடு என்பது கட்டுப்பாடுதான்.. பிணைக்கிற சங்கிலி தங்கத்தில் செய்யப்பட்டிருந்தால் என்ன? தாமிரத்தில் செய்யப்பட்டிருந்தாலென்ன? சங்கிலி சங்கிலிதானே!

அவனுக்குக் காப்பாற்றிக் கொள்ள ஒரு முகமும், செய்து பார்க்க ஒரு மனமும் இருக்கிறது. தன்னாலும் முடியும் என்று அவன் அவனுக்கும், மற்றவர்களுக்கும் காட்ட வேண்டியுள்ளது. அவன் கையைப் பிடித்து நீங்கள் எழுதாதீர்கள். அவனை மட்டைபிடித்து கிரிக்கெட் ஆடச் சொல்லிவிட்டு, பின் அவன் கையையும் பிடித்து நீங்கள் சிக்ஸர் அடிக்காதீர்கள். அது, கவனமாகவே ஆடி, அவுட் ஆவதைவிட, அவனுக்கு அதிக சங்கடம் கொடுப்பது.

அவனைச் செய்து பார்க்க அனுமதியுங்கள். ஆரம்பத் தவறுகள்

குற்றமில்லை. தவறாமலே இருப்பதுதான் தவறு. வாழ்க்கையின் பல முக்கியப் பாடங்களை அவனிடம் இருந்து ஒளித்துவிடும். அவனுக்குத் தெரியாமலேயே போய்விடும். அவற்றைப் படிக்காமல், வாழ்க்கைத் தேர்வில் அவன் தோற்க வேண்டுமா?

பயிற்சியாளர் ('கோச்')கள் மைதானத்துக்கு வெளியேதான் இருக்கமுடியும். ஆட்டக்காரர்களைத்தான் உள்ளே விளையாட விடுவார்கள். அவனை ஆடப் பழக்குங்கள். ஆட விடுங்கள். தவறுகள் நிகழவே செய்யும். 'சொன்னேனே கேட்டியா' என்பது வேண்டாம். அது அவனுக்கும் தெரியும். எங்கே தவறு நிகழ்ந்தது என்பதை அவன் தெரிந்துகொள்ள, காரணங்களைப் புரிந்துகொள்ள, ஒரு அனுபவப்பட்டவராக அவனுக்கு உதவுங்கள். கேலியும், குத்தலும் இல்லாமல் சொல்லப்படுபவை எவராலும் ஏற்றுக்கொள்ளப்படும். அவன் கற்பது உங்களுக்கு முக்கியமா? அல்லது அவன் தவறு செய்துவிட்டான் என்று நிரூபிப்பது முக்கியமா?

மதிப்பு என்பது சிறியவர்கள் பெரியவர்களுக்குக் கொடுக்க வேண்டியது மட்டுமல்ல. மதிப்பை பெரியவர்களும் சிறியவர்களுக்குச் செய்ய முடியும். அவர் தம் விருப்பங்களை, தனித்தன்மைகளை, இயலாமைகளைப் புரிந்துகொள்வது, அங்கீகரிப்பது, ஏற்றுக்கொள்வது. இவையும் மதிப்பளித்தல்களே.

செய்யவிடுவது. பொறுமை காப்பது. கேட்டால் மட்டுமே விளக்குவது, பொறுத்துப் போவது, கணக்குப் பாராமல் இருப்பது எல்லாம்கூட மதித்தலின் கூறுகளே.

உங்களுக்கு நிச்சயம் அதிகாரம் உண்டு. ஆனால் அதைப் பயன்படுத்தாமல் இருப்பதாலேயே அதிக சக்திமிக்கவர் ஆவீர்கள். அதிகாரத்தைப் பயன்படுத்த, நம்பிக்கைப் பாலம் தகர்கிறது.

வாய்ச் சொற்கள் மட்டுமல்ல, அதைவிட அதிக வலுவான செய்தி சொல்பவை அவருடைய நடவடிக்கைகளே. அவனுக்குச் சொல்வனவற்றை நாம் கடைப்பிடிக்கிறோமா? அவன் கவனிப்பான். அவனுக்குப் புரியும்.

'நான் என் அப்பாவுக்கு எவ்வளவு செய்தேன்! எப்படியெல்லாம் உதவியாக இருந்தேன். அவர் கிழித்த கோட்டைத் தாண்டியிருப்பேனா!

அவர் முன்னால் உட்காரக்கூட மாட்டேன். அவர் பேசினால் மறு பேச்சில்லை. அவர் சொல்லிவிட்டால் அதுதான் சட்டம். இரவு அவர் தூங்குகிறவரை கால் அமுக்கிவிட்டுக் கொண்டிருப்பேன். எங்கே போனாலும் கூடவே போவேன்.

ஆனால் இப்போது ஒன்றும் வித்தியாசமில்லை. அதையேதான் செய்கிறேன். அப்பாவுக்குச் செய்ததை மகனுக்குச் செய்கிறேன். அவ்வளவுதான். எனக்குச் செய்யத்தான் யாருமில்லை. மகன் ஆனாலும், அப்பா ஆனாலும் நான்தான் அனுசரித்துப் போக வேண்டுமா? செய்ய வேண்டுமா?

என்கிற உங்களது எண்ணம் சரிதான். பாவம் நீங்கள் தலைமுறை மாற்றத்தின் நடுவில் மாட்டிக்கொண்டு விட்டீர்கள். அப்பாவைச் சுற்றி இருந்த உலகம் போய்விட்டது. இளையவர்களுக்குதான் காலமாக இது இருப்பதால், மகன்கள் முக்கியமாகி விட்டார்கள்.

மகன் வேறு, மகள் வேறு.

மகள் செய்வதுபோல மகன் செய்வதில்லையே என்கிற வருத்தம் இருக்கிறதா? வருத்தப்படாதீர்கள். வருத்தப்பட்டு ஏதும் செய்ய முடியாது. மகள் வேறு மகன் வேறு. அவளுக்கு இருக்கும் பாசம் அவனுக்கு இல்லை என்று தோன்றுவதற்குக் காரணங்கள் இருக்கலாம். அவன் விரும்பினாலும் அவனால் செய்ய முடியாது என்பதுதான் யதார்த்தம். அவனுக்கு மனைவி ஒருத்தி வந்தபிறகு, முன்போல அவன் விரும்பியதையெல்லாம் அவனால் செய்ய முடிவதில்லை. அவளுக்கு என்று சில கருத்துகள் உண்டு. அவற்றில் ஒன்று, தன் கணவனை, உங்கள் மகனை அவள்பால் ஈர்த்து வைத்திருக்க வேண்டும் என்பது. அதில் தவறில்லை. அவனை நம்பி வந்திருப்பவள். தன் பெற்றோரை விட்டுவிட்டு வந்திருப்பவள். அதனால், அவள் உங்கள் மகன்மீது சில தாக்குதல்கள் செய்கிறாள்.

'அப்பா (அம்மா) பின்னாலேயே சுற்றுகிறீர்களே! உங்களுக்காகச் சொந்தமாக ஏதும் செய்யத் தெரியாதா? ஏன் எல்லாவற்றையும் அவர்களைக் கலந்தே செய்யவேண்டும் என்று நினைக்கிறீர்கள்? நீங்களாக முடிவெடுக்கக் கூடாதா? முடியாதா? உங்களால் ஆகாதா? என்று கேட்பதில் தொடங்கி, 'ஏன் அடிக்கடி, அங்கு போக

வேண்டும், அவர்களைக் கேட்கவேண்டும்? வேண்டாம்' என்று தன் கருத்தையும் சொல்லி, பின், 'நீங்கள் இப்படியே இருந்தால், நான் வருத்தப்படுவேன், கோபிப்பேன், சில தகராறுகள் செய்வேன்' என்று மிரட்டி தகராறும் செய்து, பெற்றோரின் பிள்ளையாக மட்டும் இருந்த ஒருவனை, தானாகவே சுயமாகச் செயல்படக் கூடியவனாக மாற்றுகிறாள். அந்த மாறுதல் காரணமாக, மகன் வேறுபட்டவனாகத் தெரிகிறான். உங்களுக்குத் தெரியாதது அல்ல. நீங்களும் உங்கள் மனைவியின் வருகைக்குப் பிறகு அவர்களுடைய இருப்புக்கும், தேவைகளுக்கும் நியாயம் செய்வதற்காக மாறத்தான் செய்தீர்கள். அந்த மாறுகிற பருவத்தைக் கடந்துதான் வந்திருக்கிறீர்கள். உங்கள் மாற்றம் நியாயமானது என்றும் நினைத்திருப்பீர்கள்.

மகளின் நிலை வேறு. திருமணமாகி கணவன் வீட்டுக்குச் சென்ற பிறகு, அவளுக்கு முன்பைவிட கூடுதலாக பெற்றவர்கள் தேவைப்படுகிறார்கள். கணவர் வீட்டில் கணவனது பெற்றோர், கணவன், மற்றவர்கள் என முற்றிலும் புதியவர்களை சமாளிக்க, அவர்கள் அனைவரிடமும் ஒத்துப்போக வேண்டிய சூழ்நிலையில், அவளுக்குத் தெரியும் ஒரே ஆதரவு பெற்றோர்தான். அதனாலும்கூட அவள் அப்பா - அம்மாவை அதிகம் நெருங்குகிறாள். தனக்கு அவர்களின் உறுதுணை ஆயுளுக்கும் தேவை என்று நினைக்கிறாள்.

தன் மனைவிக்குக் கட்டுப்படவேண்டிய நிலையில் மகன், தன் சுயத்தைக் காப்பாற்றிக் கொள்ள ஆதரவு தேடும் மகள் என்று இரு வேறுபட்ட தேவைகளினால் உந்தப்படும் மகனையும் மகளையும் ஒரேபோல பிள்ளைகளில் அவன் இப்படி, அவள் அப்படி என்று ஒப்பிட்டுப் பார்க்க முடியாது, கூடாது.

மகன் நிலையினைத் தந்தையாகப் புரிந்துகொள்ளுங்கள்.

செய்யுங்கள், செய்வான்

'காலத்தால் செய்த உதவி' என்று உதவிகளை வேறுபடுத்தி, 'தேவைப்படும் நேரம் செய்யப்படும் உதவி' என்பதை 'ஞாலத்தின் பெரிது' என்று உயர்த்துவார் திருவள்ளுவர். தவிக்கிற நேரம் தண்ணீரின் மதிப்பு மற்ற நேரங்களைவிட மிகவும் அதிகம் என்பதுபோல, தேவைப்படும்போது செய்திடல் வேண்டும். இதில் அப்பா - மகன் பரிமாற்றங்களும் அடக்கம்.

ஈன்று புறந்தருதல் தாய்க்கு கடனே
சான்றோனாக்குதல் தந்தைக்கு கடனே

என்று புறநானூற்றில் பொன்முடியார் எழுதிய ஒரு பாடல் உண்டு.

ஈன்று புறந்தருதல் எனும் பெறுவது அன்னைக்குக் கடனாகச் சொல்லப்படுகிறது. தந்தைக்கு (மகனை) சான்றோன் ஆக்குதல் கடனாகச் சொல்லப்படுகிறது. கடன் என்பது கொடுத்தே ஆகவேண்டியது. இது செய்தாலும் செய்யலாம், இல்லாவிட்டால் விட்டுவிடலாம் என்கிற விஷயம் அல்ல. செய்தே ஆகவேண்டியது என்கிறார்கள். கடமை என்னும் பொருள்பட.

விவரம் தெரிவதற்கு முன்னால், தானாக சொந்தக் காலில் நிற்க முடிவதற்கு முன்னால் செய்யப்படுபவைதான் காலத்தால் செய்தது. அவனாகச் செய்துகொள்ள முடியாத நேரம். செய்யுங்கள் என்று எதிர்பார்க்கிற அளவு, கேட்கிற அளவு கூட விவரமில்லாத நேரம்பார்த்துப் பார்த்து, தேவையறிந்து, கூடுதலாகவே, சரியாகவே, மிகையாகவே செய்வது. கால சுழற்சியில் உங்களுக்கு முதுமை வரும்போது அவன் வளர்ந்து ஆளாகி, முதிர்ந்து நிற்பான். அப்போது பலம் அதிகம்.

நம்மால் முடியாதபோது அவனால் முடியும். தன் உடல், அறிவு, பலம் மட்டுமல்ல, மனதாலும் மனைவியையும் மீறிச் செய்யக்கூடிய பலம் பெற்றிருக்கிறான். அவன் ஆனால் அவன் செய்யும் உள்ளத்தையும் கொண்டிருக்க வேண்டும். முன்பு உங்களிடம் அதிகம் பெற்றவன், இப்போது செய்ய கடமைப்பட்டவனாக உணர்கிறான்.

வாழ்க்கையே ஒரு கொடுக்கல் வாங்கல் பரிமாற்றம்தான். முடிகிறவர் தேவைப்படுபவருக்குக் கொடுக்கிறார். எவரிடம் கொடுக்கிறோமோ, அவரிடமிருந்துதான் பெறவேண்டும் என்பதில்லையே! அப்படி நேருக்குநேர் செய்யும் பரிவர்த்தனைகள் மட்டுமல்ல. நீ எவருக்கேனும் செய். உனக்கு எவரேனும் செய்வர். ‘ஊரார் பிள்ளையை ஊட்டி வளர்த்தால், தன் பிள்ளை தானே வளரும்’ என்கிற பழமொழி எல்லாம் சொல்வது அதைத்தான்.

இது மகனிடம் கொடுத்து மகனிடம் வாங்குவது. தன் அப்பாவுக்குக் கொடுத்து, தன் மகனிடம் பெறுவது. எவர் எவருக்கெல்லாமோ

கொடுத்து, எவர் எவரிடமிருந்தோ வாங்குவது. மூன்றுமே சாத்தியம். ஆனால் மூன்றிலும் ஒன்று மட்டும் உறுதி. அது, கொடுக்க வேண்டும். அப்போதுதான் கிடைக்கும் என்பது....

சேகர் என்கிற ஒரு திருச்சிக்காரரைப் பற்றி முன்பே பார்த்தோம். அப்பா அம்மாவிற்காக அமெரிக்கா போகாமல் பல ஆண்டுகளாக தனக்கு வரும் நல்ல வாய்ப்புகளைக்கூட விட்டுக் காத்திருப்பவர். அவர் அப்பா அவருக்குப் பார்த்துப் பார்த்துச் செய்தார்..

என்றுமே குழந்தையா?

நாம் பிள்ளையாகவே பார்க்கப் பார்க்க... அவர்கள் தொடர்ந்து வளர்கிறார்கள்.

என்னுடைய தந்தை எங்கள் சொந்த ஊர் தேவக்கோட்டையில் 1940களில் ஒரு வீட்டிலிருந்தார். பெரிய வளவு வீடு. பெற்றோர் காலத்தையது. அதன்பின் 1960களில் தொண்டியார் வீதியில் ஒரு வீடு வாங்கினார். அதன் பின், அடையாளத்துக்காக பழைய வீடு (ஏற்கெனவே இருந்த வீடு) என்றும் தொண்டியர் வீதியில் வாங்கிய மற்றொன்றை புது வீடு என்றும் குறிப்பிடலானார். இன்னமும் 2012ல் கூட நாங்கள் - அவர் பிள்ளைகள் அந்த தொண்டியர் வீதி வீட்டைப் புது வீடு என்றே குறிப்பிடுகிறோம். 50 ஆண்டுகள் ஆகிவிட்ட அதுவா புது வீடு! என்று சிலர் வியப்பது உண்டு. ஆனாலும் எங்கள் பேச்சுகளில், பார்வையில் அது புது வீடே.

பிள்ளைகளையும், தொடக்கத்தில் ஒன்றும் தெரியாதவர்களாகப் பார்க்கிறோம். அவர்களுக்கு விவரம் தெரிந்த பின்னரும், நமது பார்வையில் எண்ணங்களில் அவர்கள் பிள்ளைகளே!

அவனும் வளர்கிறான். அவன் இப்போது ஒரு வாலிபன். விஷயம் தெரிந்தவன். சுயமாக சிந்திக்கக் கூடியவன். அவனுக்கும் உலகம் தெரியும். அவன் ஒரு அடல்ட். ஆனால் நாம் அப்படி நடத்து வதில்லை. அதனால் வரும் குழப்பங்கள் அதிகம்.

பிள்ளையாகவே, நமக்கு அடங்கியவனாகவே, சரியோ, தப்போ, நாம் சொல்வதைக் கேட்டு அதன்படியே செய்பவனாகவே அவனைப் பார்ப்பது சரியா? நடக்குமா? தோளுக்கு உயர்ந்தால் தோழன்

என்கிறார்கள். 18 வயது ஆகிவிட்டால் மேஜர் என்கிறார்கள். நாமும் ஏன் அப்படி வேறுபட்டு சிந்திக்கக் கூடாது. அவனுக்கும் தெரியும். இந்த நினைப்பு, இந்த அணுகுமுறை வேண்டும்.

அவன் ஒரு பொறுப்பில் இருக்கிறான். அவனை நம்பி ஒரு வேலை அல்லது ஒரு வியாபாரம் தொழில் நடக்கிறது. அவன் ஒரு குடும்பத் தலைவனும்கூட. அவனும் ஒரு வளர்ந்துவிட்ட மனிதன்.

செடிகள் சிறியதாக இருக்கும்போது, அவற்றை ஆடு, மாடுகள் தின்றுவிடாமல் இருக்க செடியைச் சுற்றி குட்டி வேலி போடுவது உண்டு, அதற்கு 'ட்ரி கார்டு' என்பார்கள். அது அவசியம் தேவை. அதுவே செடியை ஆடு, மாடுகளிடமிருந்து காப்பாற்றும்.

அந்தச் செடியே மரமாக வளர்ந்தபிறகும் 'ட்ரி கார்டு' என்ன செய்ய முடியும்? மொத்த மரத்துக்கும் கூண்டு அமைக்கலாமோ? தேவையா? பயன் உண்டா? பிள்ளைகளுக்கும் தொடக்கத்தில் அப்படிப்பட்ட பாதுகாப்பு வளையம் அவசியம். ஆனால் எதுவரை? கையைப் பிடித்து எழுதவைப்பது பெரிய உதவி. அப்படியே +2 வரை படிக்க முடியுமா? ஒரு காலகட்டத்தில் நகர்ந்துகொள்ளத் தெரியவேண்டும். அதற்குரிய மனப்பக்குவமும் வேண்டும். மரியாதை காரணமாக தொடக்கத்தில் அவனே கேட்டாலும், 'நீயே முடிவுசெய்யப்பா. அதுதான் நல்லது' என்று சொல்லும் பக்குவம், முதிர்ச்சி வேண்டும்.

லூயிஸ் என்பவர் மேலதிகாரி. DGM என்கிற உயர்பதவியில் இருந்தார். அவருக்குக் கீழ் நாங்கள் ஐவர். எல்லாம் பர்சனல் ஆபிசர் என்கிற மூன்று நான்கு படிகள் கீழே. அவரை சார், சார் என்றுதான் அழைப்போம். எங்கள் ஐவர் குழுவில் முத்துக்குமார் என்பவர் இருந்தார். வேறு பெரிய வேலை கிடைத்ததால் ராஜினாமா செய்தார்.

நான் அதே நிறுவனத்தில் அதே லூயிஸ் சாருக்குக் கீழ் பணிபுரிந்து கொண்டிருந்தேன். ஒருநாள் காலையில் லூயிஸ் சற்று கோபமாகக் காணப்பட்டார். 'என்ன சார், என்னாயிற்று?' என்று கேட்டேன். 'நேற்று முத்துக்குமார் போன் பண்ணியிருந்தான். என்ன லூயிஸ் எப்படியிருக்கீங்க? என்று என்னைப் பெயர் சொல்லிக் கூப்பிடுகிறான்!' என்றார். அவர் குரலில் அதிர்ச்சியும் கோபமும். காரணம், லூயிஸ்

பார்வையில் முத்துக்குமார் இன்னமும் அவருக்குக் கீழ் தாழ்ந்த பதவியில் இருப்பவர். ஆனால் அது உண்மையில்லையே! முத்துக் குமாரும் தற்போது ஒரு DGM - வேறு ஒரு நிறுவனத்தில்.

ஆக, பிள்ளைகள் பெரியவர்கள் ஆகிறார்கள் என்பதை ஏற்றுக் கொள்ள வேண்டும். அந்தச் சிக்கலை சரியாகக் கையாண்டு, கடந்து வந்துவிட்டால், பிரச்சினைகள் குறைந்துவிடும்.

ச. தமிழ்செல்வனின் சிறுகதைத் தொகுப்பில் உள்ள ஒரு கதையின் சாரம் இதுதான்: தீப்பெட்டி தொழிற்சாலைகளில் வேலை செய்யும் ஒரு குடும்பத் தலைவர். வீட்டில் சில பிள்ளைகள். ஓர் ஆண் பிள்ளையின் பார்வையில், அப்பா அதிகம் அதட்டுவார், கத்துவார். ஆர்ப்பாட்டம் செய்வார். மகன் வேலைக்குப் போவான். முதல்நாள் வேலை முடிந்து வீட்டுக்கு வர வெகு நேரமாகிவிடும். கடுமையான உடல் உழைப்பு. அதிக நேரம் - சொற்ப சம்பளம். வீட்டுக்கு வெகுதூரம் நடந்து வருவான். கதவைத் தட்டுவான். கதவைத் திறக்க சற்று தாமதமானதும் குரலெடுத்து சத்தமாக 'கதவைத் திறங்கள்' என்று அதட்டுவான். அவன் குரல் அப்பாவினுடையதைப் போலவே அவனுக்குப் பட்டது என்று கதை முடியும்.

நிஜவாழ்க்கையைப் பிரதிபலிக்கும் கதை. தந்தையைச் சார்ந்திருப்பவனாக வாழ்ந்த போது வெட்கம் தாழ்வு மற்றும் குற்ற உணர்ச்சிகள் மிகுந்தவனாக வாழ்ந்திருக்கிறான். அவற்றை உண்டாக்கியதில் அவன் அப்பாவுக்கும் பங்கு உண்டு. பின்பு அவன் உழைக்க ஆரம்பிக்க, அந்த வேலை கடுமையாக இருக்க அவனும் பெரிய மனிதன் ஆகிவிடுகிறான். அப்பா நடந்துகொள்வது போலவே நடந்துகொள்கிறான். உழைக்கும் போது அவனுக்கும் தார்மீகக் கோபம் வருகிறது என்கிறது கதை.

பிள்ளைகள் வளருகிறார்கள். உண்மைதானே.

அன்பு வேறு, மரியாதை வேறு

பெரியபுராணத்தில் வருகின்ற கண்ணப்ப நாயனார் சரித்திரம் இதற்கு மிகச் சிறந்த எடுத்துக்காட்டாக இருக்கும். கடவுள்மீது பக்தி கொண்ட, கரடுமுரடானவன் திண்ணன். காட்டிலே கவனிப்பாரற்று இருக்கும் சிவலிங்கத்துக்கு நீராட்டி, மலர் தூவி, உணவு படைக்க

எண்ணுகிறான். பாத்திரம் கிடைக்காததால், வாயில் நீர் கொணர்ந்து, தலையில் உமிழ்கிறான். மாமிசம் படைக்கிறான். சிவலிங்கம் கண்ணில் ரத்தம் வடிய தன் ஒரு கண்ணை அம்பால் நோண்டி எடுத்து, சிவலிங்கத்தின் கண்ணில் வைக்கிறான். ரத்தம் நிற்கிறது. மகிழ்கிறான். உடன் சிவலிங்கத்தின் மறுகண்ணில் ரத்தம் வடிவதை தன்னுடைய மீதமிருக்கும் ஒற்றைக் கண்ணால் பார்க்கிறான். அதையும் கொடுக்க முடிவுசெய்து, தன் கண்ணைத் தோண்டும் முன், சிவலிங்கத்தின் ரத்தம் வடியும் கண்ணில் சரியாக வைக்க அடையாளம் தெரியாதே என்று யோசித்து, அதற்காகத் தன்னுடைய ஒரு காலைத் தூக்கி ரத்தம் வடியும் கண்ணில் வைத்துக் கொள்கிறான்.

அவன் செயல் எப்படி? கடவுளின் கண்ணில் காலை வைக்கிறான். எவ்வளவு மரியாதை குறைவான செயல்! செயல் சரியில்லைதான். ஆனால் அவன் எதற்காக அப்படிச் செய்கிறான்? நோக்கம் என்ன? அது எவ்வளவு உயர்ந்தது. தன்னுடைய இரண்டாவது கண்ணையும் தர விழையும் தரமான செயலல்லவா?

மரியாதை வேறு அன்பு வேறு. மரியாதை என்கிற கண்ணாடி போட்டுப் பார்த்தால் பல சமயங்களில் அன்பு தெரியாது.

நாம் எதிர்பார்ப்பது அன்பையா? மரியாதையையா? இரண்டும் ஒன்றல்ல. வேறு வேறு. அம்மாக்கள் எதிர்பார்ப்பது அன்பை மட்டுமே. நிச்சயமாக (இதுவரை) மரியாதையை அல்ல. மகனிடம் அம்மாவுக்கு ஈகோ மோதல் கிடையாது. அவனிடம் தாழ்ந்து போவதில் அவர்களுக்கு எவ்விதத் தயக்கமும் இல்லை. ஆனால் நாம் அப்படியா? நாமும் அன்பை மட்டும் எதிர்பார்த்தால், அது கிடைத்துக்கொண்டிருக்கிறது என்பது புரிந்துவிடும். அதனோடு, அதைவிடக் கூடுதலாக மரியாதையையும் எதிர்பார்ப்பதால், பிரச்சினை வருகிறது.

போகிற இடங்களில் நம்மை வரவேற்காவிட்டால், சரியாகக் கவனிக்காவிட்டால் நமக்கு ரோஷம் வருகிறது. தன்மானம் தொடப்பட்டதாக உணர்கிறோம். எது போனாலும் பரவாயில்லை என்று திரும்பி வந்து விடுகிறோம். அவர்கள் நம்மை அன்போடு எதிர்பார்த்திருக்கலாம். ஆனால் வேறு ஏதோ நினைப்பின் காரணமாக, நாம் நினைக்கும் விதம் நம்மைச் சந்தித்த தருணத்தில் மரியாதை

காட்டாமல் இருந்திருக்கலாம்.

பெற்ற பிள்ளைதானே என்று அவனிடமும் மரியாதை என்கிற கறாரான எதிர்பார்ப்பை சற்றுத் தளர்த்தலாம். அவன் தெரிந்தே, வேண்டுமேன்றே செய்கிறான் என்றெல்லாம் நினைக்கவே வேண்டாம்.

நேற்றுப்போல இன்றில்லை

எங்களுடைய சொந்தங்களில் ஒருவர் வீட்டில் நடந்ததை அவர்களே பகிர்ந்துகொண்ட உண்மை நிகழ்வு இது. இதுபோலவே அந்தக் காலத்தில் எவ்வளவோ இடங்களில் நடந்திருக்கலாம்.

பால்ய விவாகம் என்று பிள்ளைகளுக்குச் சிறுவயதிலேயே திருமணம் செய்துவைக்கும் பழக்கம் இருந்த காலம் அது. சுமார் அறுபது எழுபது ஆண்டுகளுக்கு முன்னால், அந்தக் குறிப்பிட்ட சிறுமிக்கும் திருமணம் செய்து வைத்தார்கள். வயதுக்கு வராத ஓடியாடி விளையாடும் சிறுமி அவள். பின் அவன் அவனுடைய பெற்றோருடனும், அவள் அவளது பெற்றோரிடத்திலும் வளர்ந்தார்கள். அதற்கடுத்து ஒன்றிரண்டு ஆண்டுகளில் ஏதோ உடல்நலக் குறைவால், அவன் இறந்துவிடுகிறான். அந்தச் சிறுமி 'தாலியறுத்து' விட்டாள். அவள் விதவை. அப்போதும் வயதுக்கு வராத சிறுமிதான். ஆனால் அப்போதைய வழக்கப்படி, அவள் மறுமணம் செய்யக்கூடாது என்பது மட்டுமல்ல, தலைமழிக்க வேண்டும், வெள்ளை உடைகளையே அணிய வேண்டும். பொட்டு, பூ கூடாது. அவளது பெற்றோர்களே இதுபோன்ற சடங்குகளைச் செய்தார்கள். வீட்டிலிருந்து மீதகாலத்தையும் (பத்து வயதுக்கும் குறைவான வயதிலிருந்து) கழிப்பதைவிட, நம் கோவிலுக்குப் பக்கத்திலிருந்து கொண்டு இறைவனையாவது நினைத்துக்கொண்டிருக்கிறேன் என்று பக்கத்திலிருந்த அவர்கள் குலதெய்வம் இருக்கும் ஊருக்குப் போய் அங்கே கோவில் அருகே வீடு கட்டிக்கொண்டு விட்டார்கள். எழுபது வயதுக்கும் மேல் வரை வாழ்ந்தார்கள். அங்கே வாழ்க்கை முழுக்கத் தனியாளாக வாழ்ந்தார்கள்.

தற்போதைய காலத்துடன் ஒப்பிட்டுப் பார்த்தால் எவ்வளவு வேறுபாடு! எத்தனை மேம்பாடு!!

அந்தக் காலத்துக்கும் இந்தக் காலத்துக்கும், விஞ்ஞானம், பொருளாதாரம், கல்வி போன்றவற்றில் மட்டுமல்ல, சமூகப் பழக்க வழக்கங்களிலும் பெரிய மாறுதல்கள் வந்திருக்கின்றன என்பதை நினைவுபடுத்திக் கொள்ளவேண்டும். அந்தச் சிறுமியின் காலத்துக்கு முன்னால், இறந்த கணவனின் உடலோடு, உயிரோடிருக்கும் மனைவியும், எரிந்து உயிர் துறக்க வேண்டும் என்கிற பழக்கங்கள் கூட இருந்திருக்கின்றன. அதுபோல், விதவைக் கோலம் வந்து, அதுவும் போய்விட்டு, மறுமணம், மணம் செய்யாமலேயே சேர்ந்து வாழும் பழக்கங்கள் எல்லாம் ஏற்றுக்கொள்ளப்படுகிற காலம் இது.

மாற்றங்கள் அப்பா - மகன் உறவிலும் வரலாமே! வருமே. அவற்றையும் ஏற்றுக்கொள்ளத்தானே வேண்டும்!

இன்றைய தலைமுறைக்கு எவ்வளவோ சவால்கள், சோதனைகள், சூழ்நிலைகள், அந்த நிலையில், முன் நம் காலத்தில் நடந்து கொண்டதைப்போல அவர்களும் நடந்துகொள்ள வேண்டும் என்று எதிர்பார்த்தால், அது சரியல்ல. அவர்களைப் புரிந்துகொள்பவர்களை. அவர்களும் புரிந்துகொள்கிறார்கள். சரி, சரி என்று அனுசரித்துப் போகிற பெற்றோரைப் பிள்ளைகள் வணங்குகிறார்கள். சிநேக மனப்பான்மை அவர்களைக் கவர்கிறது. 'நீங்கள் அப்பா. நிச்சயமாக, அதேசமயம், நான் இப்படி நினைக்கிறேன். சரிதானே! வாருங்கள் மாற்றிச் செய்வோம்' என்று கேட்கிற தலைமுறை இது.

என் அலுவலகத்தில் பணிபுரியும் ஒருவரின் தந்தை சமீபத்தில் இறந்துபோனார். வயது 80க்கும் மேல். திடகாத்திரமாக இருந்தவர்.

புரோகிதம் அவர் செய்தது. அவருக்கு இரண்டு மகன்கள். மற்றொருவர் அரசுப் பணியில். எழுத்தர் போன்ற உத்தியோகம்.

எல்லோருக்கும் எடுத்துச் சொல்லும் அளவு வேதம், வான சாஸ்திரம், ஜோதிடம் முதலியவற்றில் பாண்டித்தியம் பெற்றிருந்த அவருடைய பிள்ளைகளையும், மாணாக்கர்கள் போலவே நடத்தியவர். ஓராண்டுக்கு முன்பு சிறுநீர் கழிப்பதில் சிக்கல் என மருத்துவமனைக்கு அழைத்துச் செல்லப்பட்டார். அப்போதிலிருந்து செலவும் அலைச்சலும்தான் அவர் குடும்பத்துக்கு. சிறுநீரகத்தில் பிரச்சினை என்றார்கள். ரத்தத்தில் பொட்டாசியம் அளவு குறைந்துபோனது என்றார்கள். தொடர்ந்து

வாரம் மூன்று முறை டயாலிசிஸ், உணவு செல்லாமல் கழுத்தில் குழாய் என்று எவ்வளவோ செய்யவேண்டி வந்தது. சலிக்காமல் செய்தார்கள் இரண்டு பிள்ளைகளும். அவர்கள் சேமிப்புகள் கரைந்து, கடன் வாங்கியும் செய்தார்கள். 'நம்ம அப்பா' என்கிற ஒரே ஒரு நினைப்புதான் அவர்களுக்கு. வேறு எதையுமே யோசிக்கவில்லை அவர்கள். தேவை வந்தால் எல்லாப் பிள்ளைகளும் செய்வார்கள். அதில் என்ன சந்தேகம்!

பிள்ளைகள் கவனிக்கிறார்கள்

ஒருவரைப் பற்றிய எண்ணம், ஒரேநாளில் ஒரு செயலால் உருவாவதில்லை. தூரிகை கொண்டு வரையப்படும் ஒரு சித்திரம் போல, நம் மனதில் மெல்லமெல்லத் தீட்டப்படுகிறது. சொல்கிற சொற்கள், நடந்துகொள்கிற விதம், காட்டுகிற பொறுமை, கொடுக்கிற மதிப்பு, செய்கிற விமரிசனங்கள் காட்டுகிற பரிவு என்று, எவ்வளவோ நிகழ்வுகளால் அது தொடர்ந்து உருவாகிறது. பிள்ளைகள் என்பவர் களை ஒரு பொருட்டாக எடுத்துக்கொள்ளாமல், நாம் பேசுகிற பேச்சுகளை அவர்கள் கவனிக்கவே செய்கிறார்கள். நம் பேச்சுகளின் முழுப் பொருளும் அவர்களுக்குப் புரியாமல் போகலாம். ஆனால் உடன் வெளிவரும் உணர்வுகளையும், எதற்காக அப்படிச் சொல்கிறோம் அல்லது செய்கிறோம் என்கிற நோக்கங்களையும், அதன்பின் அவற்றால் அவர்கள் சாதகமாகவோ, பாதகமாகவோ எப்படித் தாக்கம் பெறுகிறார்கள் என்பதையோ அவர்கள் கவனிக்கவே செய்கிறார்கள்.

அந்தக் கவனிப்புகள் மூலம் அவர்கள் பெறுகிற தகவல்துளிகள் கொண்டுதான் பெரியவர்களைப் பற்றிய உருவங்களை அவர்கள் மனத்தில் வரைந்து கொள்கிறார்கள். ஒருவர் அடிவாங்கினால், அய்யோ பாவம் என்று நினைக்கிறோம். வேறு சிலர் அடிவாங்கினால் பதறிப் போகிறோம். நமக்கு மிகவும் வேண்டிய சிலருக்கு ஏதும் நேர்ந்தால் கொதிக்கிறோம், கோபப்படுகிறோம், ஏதாவது செய்து அதை நிறுத்துகிறோம். அதே நிலை வேறு குறிப்பிட்ட சிலருக்கு வந்தால், 'எனக்கென்ன!' என்று அலட்சியமாகிறோம். மற்ற சிலருக்கு நேர, 'நன்றாக வேண்டும். அனுபவிக்கட்டும்' என்றுகூட நினைக்கிறோம். ஏன்? நிகழ்வு அடிவிழுதல் என்கிற ஒன்றுதான்.

ஆனால் நம் உணர்வும், எண்ணமும், அடிவாங்குகிற நபரைப் பொறுத்து ஏன் மாறுகிறது? அவரைப் பற்றி நம் மனத்தில் உள்ள வரைபடமே அதற்குக் காரணம். அந்தப் படங்களை நாம்தான் குறிப்பிட்ட விதமாக வரைந்துகொண்டிருக்கிறோம். வரைதலுக்குச் சில தகவல்கள் உதவின. அவரது சொற்கள், நடவடிக்கைகள். அவர் நம்மிடம் நடந்துகொண்ட விதங்கள்.

இன்று நம்மோடு நம் பிள்ளைகளுக்கு இருக்கும் உறவுநிலைக்கு இதுவும் ஒரு காரணமாக இருக்கலாமே! முன்பு நாம் எப்படியெல்லாம் நடந்து, எப்படிப்பட்ட நபராக அவர்களிடம், உணரப்படுகிறோமோ, அதற்கு ஏற்றாற்போலத்தான் இப்போது நடந்துகொள்கிறார்கள். ஏன் மகிழ்ச்சியடையவோ அல்லது சமாதானப்படுத்திக்கொள்ளவோ கூடாது?

அவனைப் புரிந்துகொள்ளுங்கள்

உ.வே. சாமிநாத அய்யர் அவர்கள் தமிழ் தாத்தா என்று நேசிக்கப்படுபவர். வண்டி கட்டிக்கொண்டு ஊர் ஊராகப் போய்' செல்லரித்த ஏடுகளுடன் காணாமல் போயிருக்கக்கூடிய பல்வேறு பழந்தமிழ்க் காப்பியங்களைப் பலரிடம் முயன்று கேட்டு வாங்கி, இராப்பகலாக படித்துச் சரிசெய்து அச்சிட்டவர். அவருக்கு சங்கீதம் வரவில்லை என்பது அவருடைய தந்தையின் மாபெரும் குறை. தவிர உ.வே.சா. அய்யர் ஆங்கிலத்தில் ஃபெயிலும் ஆனவர்.

அதனால் என்ன குறைந்துபோனார். அப்போது ஆங்கிலத்தில் தேறிய எத்தனையோ ஆயிரம் நபர்களைவிட மிக உயர்ந்தவராக வாழ்ந்திடவில்லையா உ.வே.சா.!

எல்லோருக்கும் எல்லாம் வராது. வரவேண்டியதுமில்லை. நம் பிள்ளைகளுக்கும் இது பொருந்தும். தனக்கு வராததைச் செய்வதும், வருவதைச் செய்ய முடியாததும் அதிக மனஅழுத்தத்தைக் கொடுக்கும். அவனால் ஏன் சிலவற்றைச் செய்ய முடியவில்லை என்பதைப் புரிந்து கொள்பவர்களை அவனுக்குப் பிடிக்கும். அது ஏன் முடியாது என்று அடிப்பவர்களை அப்போதைக்கேனும் பிடிக்காது. அவன் தவறவிட்டது அல்லது தவறு செய்ததற்கான காரணம், நியாயம் என்ன என்று புரிந்துகொண்டவர்கள் அவனுக்கு வேண்டியவர்கள்.

அவனுடைய இயலாமையை, குறைகளையே, சுட்டிக்காட்டிக் கொண்டிருந்தால் அவனும்தான் என்ன செய்வான் பாவம்!

நாசூக்கு

சில சமயங்களில் ஒதுங்கிக் கொள்ளத் தெரிய வேண்டும். அப்பாதான், பெற்றவர், வளர்த்தவர், பெரியவர்தான். யார் இல்லை என்றது? அதற்காக எல்லா நேரமும் அவரையே நடுநாயகமாக, விழா நாயகராக வைத்திருக்க முடியுமா?

இடங்கள், சூழ்நிலைகள், நிகழ்வுகள், சுற்றியிருக்கும் நபர்களைப் பொறுத்து முக்கியத்துவங்கள் மாறத்தான் வேணும். விவரம் தெரிந்தவர்கள், பக்குவப்பட்டவர்கள் நாசூக்காக ஒதுங்கிக்கொண்டு விடுவார்கள். நாமாக எல்லா இடங்களிலும் நம் மதிப்பு எவ்வளவு என்று சோதித்துக்கொண்டிருக்கக்கூடாது. சமயத்தில் செல்லாக் காசாக்கி விடுவார்கள்.

சில பெரியவர்களுக்குத் தெரியாமல் போவது இதுதான். சில இடங்களில் யாரோ எதுவோ பேசிக்கொண்டிருக்கிறார்கள், செய்து கொண்டிருக்கிறார்கள் என்று விட்டுவிடும் பக்குவம் தேவை. நம் கருத்து அவர்களுக்குத் தேவைப்படாமலும் இருக்க முடியும் என்று புரிந்துகொண்டு விட்டால் போதும் வெற்றி நமக்குத்தான்.

மனைவியா அப்பாவா? மாமனாரா அப்பாவா? மேலாளரா அப்பாவா, உயிர் நண்பனா அப்பாவா? என்று ஒவ்வொரு இடத்திலும் நான் அவனுக்கு சோதனை வைத்தால், வேறு வழியின்றி அவன் நம்மைத் தவிர்த்து மற்றவர் பக்கம் பேச, போக வேண்டி வரும். அத்தகைய போட்டிகள் ஏற்படும் தருணம் உணர்ந்து நகர்ந்துகொள்ளுதலே நமக்கு உதவும்.

நாம்தான் முடிவு செய்கிறோம்

மற்றவர்கள் நம்மை எப்படி நடத்தவேண்டும் என்பதை நாம்தான் முடிவு செய்கிறோம். நம் நடத்தைகள் மூலமாக. மற்றவர்களின் பெரும்பாலான செயல்கள், நம்முடைய செயலுக்கான மறுவினை (ரியாக்ஷன்)யே. நாம் நடந்துகொள்ளும் விதம் நம்மை நடத்துகிறார்கள்.

நாமாகத் தராவிட்டால் நம் மதிப்பை எவராலும் நம்மிடம் இருந்து

எடுக்க முடியாது. நாம் எப்படி உணரவேண்டும் என்பதையும் நாமே முடிவு செய்கிறோம். மனது உணர்வதுதான். மகிழ்ச்சியும் வருத்தமும், மரியாதையும், அவமானப்படுத்தலும் எடுத்துக்கொள்ளும் விதத்தில்தான் இருக்கிறது.

உங்களிடம் சில கேள்விகள்

உங்கள் வேலை முக்கியம். தொழில் விருத்தி ஆகவேண்டிய நேரம். இந்த வயதில், முண்டியடித்தால்தான் முன்னேற முடியும். எல்லாம் சரி, எதையும் தவறென்று சொல்ல முடியாது. அதே சமயம் உங்கள் பிள்ளையும் முக்கியம்தானே! திருமணமாகி விட்டது.

பிள்ளையும் பிறந்தாயிற்று. வளருகிறது. இந்த நேரம் திரும்ப வருமா? உங்களுக்கு வேலையில், வியாபாரத்தில் ஒன்று போனால் மற்றொரு வாய்ப்பு சாத்தியம். ஆனால் உங்கள் பிள்ளைக்கு அதன் இளம்பிராயத்தில் தந்தை அருகில் கிடைக்காமல் போகலாமா?

அவன் காலையில் படுக்கையில் இருந்து எழுமுன் கிளம்பிவிடுவது. அவன் தூங்கியபிறகே வீடு திரும்புவது. 'ஞாயிற்றுக்கிழமை மட்டும் வீட்டில் இருக்கிறாரே! அந்த மாமா யாரும்மா?' என்று ஒரு பிள்ளை தாயிடம் கேட்டதாக விளையாட்டாகச் சொல்வார்கள். அது உங்கள் விஷயத்தில் எப்படி?

எழுதாத சிலேட்டாக, வெள்ளைத்தாளாக அவன் மனது இருக்கும்போது அவன் தாய் அன்பை எழுதுகிறார். நல்லது. ஆனால் அதுமட்டும் போதாது. உங்கள் பக்கங்களும் அவனுக்குத் தேவை. அதை நீங்கள்தானே எழுதவேண்டும். தூக்குவது கொஞ்சுவது உடன் விளையாடுவது என்கிற உடல் தீண்டல்களும்கூட பெரிய அன்புப் பரிமாறுதல்தான். அவனுக்காக நீங்கள் கட்டாயம் நேரம் ஒதுக்கியே ஆகவேண்டும்.

வெளியில் எவ்வளவோ செய்கிறீர்கள். யார் யாருக்கோ விளக்குகிறீர்கள். பதில் சொல்கிறீர்கள். உங்கள் பிள்ளைக்கும் அதைச் செய்யுங்கள். அப்போது மட்டும் உங்கள் பொறுமை குறைவதேன்!

அவன் உங்களைக் கண்டு பயப்படுவது உங்களுக்குப் பிடித்திருக்கிறதா? சின்னப்பிள்ளையிடம் அப்படி என்ன கண்டிப்பும் கறார்தனமும்.

அவன் அம்மா தாத்தா பாட்டி என்று எவர் பரிந்து பேசினாலும், உங்களுக்கு ஏன் அவ்வளவு கோபம் வருகிறது?

பச்சைப் பிள்ளையை அடிக்க உங்களுக்கு எப்படி அய்யா மனது வருகிறது? அப்படி என்ன தப்பு பண்ணிவிடுகிறான், அவன்? உங்களால் தாங்க முடியவில்லை. சிறிய வயதில் நீங்கள் செய்யாததா? கையெழுத்து சரியில்லை, வார்த்தைகள் சத்தமாக உச்சரிக்கத் தெரியவில்லை, ஷூ போடத் தெரியவில்லை. பட்டன் போடவில்லை. படித்தது மறந்து விடுகிறது. சட்டையைச் சுத்தமாக வைத்துக் கொள்ளத் தெரியவில்லை என்றெல்லாம் கோபிக்கிறீர்களே, இதெல்லாம் செய்யாததும் ஒரு பிள்ளையா? நீங்கள் பிள்ளை பெற்று வளர்க்கிறீர்களா? இல்லை ரோபார்ட் பெற்று வளர்க்கிறீர்களா?

ஒரு சின்னப்பிள்ளையை சரிசமமாக நிற்க வைத்துக் கண்டிக்க, அடிக்க உங்களுக்குக் கூச்சமாக இல்லை! மூக்குக்கு மேல் வருகிற கோபத்தை உதறித் தள்ளுங்கள். அடிக்காமலேயே நெறிப்படுத்தலாம்.

'உறவுகள் மேம்பட' புத்தகத்தில் தண்டனைகள் பற்றி நான் எழுதியிருந்த ஒரு சம்பவம் இது. சுருக்கமாகப் பார்க்கலாம். ஒரு வீட்டில் மதிய நேரம் அம்மா தூங்கும்போது, ஐந்து வயது மகன் ஃபிரிட்ஜைத் திறந்து பால் பாட்டிலை எடுக்க, அது தரையில் விழுந்து உடைகிறது.

விழித்த அவன் தாயார், நிலைமையைப் புரிந்துகொள்கிறார், நிதானிக்கிறார். பயந்துபோய் நின்ற பிள்ளையையும் நிதானப்படுத்தி, உடைத்தது தவறு என்று சொல்கிறார். கொட்டிய பாலில் விளையாடக்கூட அவனை அனுமதிக்கிறார், பின்பு கேட்கிறார் என்ன விதத்தில் எதைக்கொண்டு சுத்தம் செய்யலாம் என்று. பிள்ளை தேர்வு செய்கிற 'மாப் ஸ்டிக்' கொண்டு அவர் மட்டுமல்ல, பிள்ளையையும் துடைக்க வைக்கிறார். பின், வீட்டின் பின்புறம் அழைத்துப்போய், அதேபோன்ற பாட்டில்களில் நீர் நிரப்பி, கீழே போடாமல் எடுக்க, பாட்டிலைத் தூக்கச் செய்து காட்டியும், செய்யச் சொல்லியும் பயிற்சி கொடுக்கிறார். பிள்ளை செய்து முடிக்கிறது.

அந்தப் பிள்ளை பல ஆண்டுகளுக்குப் பிறகு இந்த நிகழ்ச்சியைக் கூறி, தான் கற்றுக்கொண்ட பாடங்களையும் சொல்கிறது.

நாம் அடிப்பது, அவன் செய்ததால் விளைந்த விளைவால்தானே, அது ஏற்படுத்திய கோபத்தால்தான் அதிகமே தவிர, அவனைத் திருத்த வேண்டும், சரியானபடி செய்ய வைக்கவேண்டும் என்கிற விருப்பத்தால் அல்ல. விருப்பம் அதுவென்றால், மேலே பார்த்த பெண்மணி செய்தது போலத்தான் செய்ய வேண்டும்.

ஐந்து வயது வரை உன் மகனை ஒரு
இளவரசனைப் போல வளர்.
ஐந்துக்கு மேல், பதினைந்து வயது வரை
நல்லனவற்றைச் சொல்லி, அவரைச்
செய்யுமாறு கடுமையாக, ஒரு அடிமையைப்
போலக்கூட கட்டாயப்படுத்து.
வயது பதினைந்துக்கு மேல், அவனை உன்
தோழனாக பாவிக்க ஆரம்பித்து விடு

என்று சொல்வார்கள்.

ஐந்து வரை அன்பின் காரணமாகவும், அதன் அழகு மற்றும் அது பேசும் மழலையின் காரணமாகவும், எல்லா பெற்றோருமே பிள்ளைகளை தங்கள் சக்திக்குமீறி செலவழித்து, அது விரும்புவதையெல்லாம் கொடுத்து, ஓர் இளவரசனைப் போலத்தான் நடத்துகிறார்கள்.

சில பெற்றோர் மட்டுமே தெளிவாக, ஒரு குறிப்பிட்ட வயதுக்கு மேல், பிள்ளைகளிடம் கண்டிப்பு காட்டத் தொடங்கிவிடுகிறார்கள். ஆனால் வேறு சிலர், தங்கள் அறியாமையாலும், அதீத பாசத்தாலும் அவர்கள் அதுவரை கொடுத்துவந்த செல்லத்தையே, குழந்தைப் பிராயத்தைத் தாண்டிய பிறகும் தொடருகிறார்கள். பிள்ளைகள் கட்டுப்பாடற்று கெட்டுப் போகவே அது வழிசெய்கிறது.

அதன்பிறகு விழித்துக்கொண்டு மகன்மீது கட்டுப்பாடுகளை நெருக்க, மகன் கட்டுப்பட மறுக்கிறான். திமிறுகிறான். அவன் சற்றுக் கூடுதலான காலம், சுதந்திரத்தை அனுபவித்தவனாகவும், அதனால் அதைவிட முடியாதவனாகவும், கூடவே சற்று வயதும் அதிகரித்து, வெளியுலக பரிச்சயமும் கிடைத்துவிட்டதால், அப்பாவிடம் பயம் குறைந்து போனவனாகவும் ஆகிவிடுகிறான். அதனால் தந்தையின்

திடீர் கட்டுப்பாடுகள் அவனுக்கு சங்கடத்தையும் அதனால் எரிச்சலையும் கொடுக்கிறது. அடங்க மறுக்கிறான்.

'ஐந்தில் வளையாதது ஐம்பதில் வளையுமா?' என்பார்கள். ஐந்தில் வளையாதது, ஏழு எட்டில் கட்டுப்படுத்த முயற்சிக்கும்போது எதிர்க்கும், முரண்டு பிடிக்கும். இன்னும் சொல்லப்போனால், தற்காலத்தில் பிள்ளைகளுக்கு ஐந்து வயதிற்கும் முன்னதாகவேகூட சில கட்டுப்பாடுகளையும் கண்டிப்புகளையும் காட்டவேண்டும் என்பதுதான் நிலை. காரணம், முன்போல ஐந்து வரை காத்திருந்து பள்ளியில் ஒண்ணாம் கிளாசில் சேர்க்கிற பழக்கங்கள் மாறிவிட்டன.

மூன்று வயதிலேயே குழந்தைகளை, பிரிகேஜி வகுப்புகள், அதற்கும் முன்பேகூட கிரஷ் போன்றவற்றுக்கும் அனுப்பும் நிலை வந்துவிட்டது.

வீட்டுக்கு வெளியில், பிள்ளைகளுக்குக் கிடைக்கும் தகவல்களும் அனுபவமும், அவர்களிடம், பல்வேறு பழக்கங்களைக் கொண்டு சேர்க்கின்றன. அதனால், கண்காணிப்பை, கட்டுப்பாடுகளை ஐந்து வயதுக்கும் முன்னதாகவேகூட தொடங்கிவிட வேண்டும்.

கண்டிப்பு என்பதை சீக்கிரமே தொடங்கிவிட வேண்டும் என்பது வரை சரி. ஆனால், கண்டிப்பு என்றால் என்ன என்று தெரியாத பெற்றோர் பலருண்டு. கண்டிப்பது என்பது தங்களுக்குத் தங்கள் பிள்ளைகள் மீதிருக்கிற மட்டற்ற அதிகாரம் என்று சில தந்தைமார்கள் தவறாகப் புரிந்துகொண்டிருக்கிறார்கள்.

உடல் வலுவில், குடும்ப அதிகாரத்தில், அறிவு, அனுபவ பலங்களில் குறைவாக இருக்கிற பிள்ளையை அத்துணையிலும் பலமடங்கு அதிகம் பெற்றிருக்கிற அப்பா, அதட்டுகிறார், மிரட்டுகிறார், அடிக்கிறார். பல்வேறு தண்டனைகளும் கொடுக்கிறார்.

தொடக்கத்தில் வேறுவழியின்றி பிள்ளை ஏற்றுக்கொண்டாலும், கிடைக்கிற தண்டனைகளால், முதலில் திகைக்கிறது, பின்பு அதன் பிஞ்சுமனம் வெதும்புகிறது. பின்னால் அது யோசிக்கவும் செய்கிறது. அட, இவர் இப்படிச் செய்கிறாரே, அதனால் அதற்குத் தண்டனை தருகிற அப்பாவிடம் பெரும்பாலும் வெறுப்பே மிஞ்சுகிறது.

'ஸ்டிரோக்ஸ்' என்கிற ஒரு கான்செப்ட் பற்றித் தெரிந்திருக்கலாம். ஒரு மனிதர் மற்றொரு மனிதருடன் எந்த விதத்தில் தொடர்பு கொண்டாலும் மறுவினை (ரியாக்ட்) செய்தாலும், அது மூன்று வகையானதாகவே இருக்கமுடியும்.

ஒருவரைப் பாராட்டலாம் அல்லது திட்டலாம் அல்லது அந்த இரண்டில் எதையும் செய்யாமல், கண்டுகொள்ளாமல் விட்டுவிடலாம். பாராட்டுவது ஒரு செயல். இது முதல் வகை. திட்டுவது இரண்டாவது வகை செயல். கண்டுகொள்ளாமல் விடுவதும்கூட செயலற்ற ஒரு செயல்போலதான். அதுதான் மூன்றாவது வகை.

பாராட்டுவது, தட்டிக் கொடுப்பது, புன்னகைப்பது, வெகுமதிகள் கொடுப்பது, நாலுபேரிடம் அதைப் பற்றிப் பெருமையாகப் பேசுவது என்கிற எல்லாமே ஒருவருக்குக் கிடைக்கக்கூடிய ஊக்கங்கள். அதனால் இவற்றையும் இதுபோன்ற பலவற்றையும் சேர்த்து, 'பாசிடிவ் ஸ்ட்ரோக்' என்கிறார் இதைப் பற்றி ஆராய்ந்து எழுதிய பிண்டோ என்ற அறிஞர்.

மகனுக்கு 'பாசிடிவ் ஸ்ட்ரோக்'குகள் கொடுக்கும் அப்பாக்களை மிகவும் பிடிக்கும் என்பதைத் தனியே சொல்லத் தேவையில்லை. அப்பா பாராட்டுவார், பரிசுகள் கொடுப்பார் என்றால் எந்தப் பிள்ளைக்குத்தான் பிடிக்காது? திட்டுவது, அடிப்பது, கேலி, குத்தல் பேச்சுகள் தண்டனைகள் கொடுப்பதெல்லாம் 'நெகடிவ் ஸ்ட்ரோக்' குகள் வகையினைச் சேர்ந்தவை.

அப்பா இவற்றையும் செய்வார். சில அப்பாக்கள் இரண்டில் எதையும் செய்ய மாட்டார்கள். அவர்கள் பாராட்டுவதும் கிடையாது. திட்டுவதும் கிடையாது. Indifferent என்பார்களே, அப்படிப்பட்ட கண்டுகொள்ளாமை.

இந்த மூன்றில் நிச்சயமாக மூன்றாவது வகையே பிள்ளைகளுக்கு மிக அதிகமான எரிச்சலைத் தரும். முதல் வகை 'பாசிடிவ் ஸ்ட்ரோக்'குகள் நன்மை தருவனதான். ஆனால் அவையும் அளவுக்கு மீறினால் அமிர்தமே விஷமான கதையாகிவிடும். தவறுகள் செய்கிறபோது சில 'நெகடிவ் ஸ்ட்ரோக்'குகளாவது கொடுக்கப்படவேண்டும். அப்போது தான் 'பாசிட்டிவ் ஸ்ட்ரோக்'குகளுக்கு மதிப்பு இருக்கும்.

ஆனால் சில அப்பாக்கள் எப்போதும், எதற்கும், வெறும் 'நெகடிவ் ஸ்ட்ரோக்'குகளே கொடுப்பார்கள். எதைச் செய்தாலும், செய்யாவிட்டாலும் குற்றம் என்பார்கள். எப்படியிருந்தாலும் குறை சொல்லுவார்கள். இந்த வகை 'நெகடிவ் ஸ்ட்ரோக்'குகள் ஆபத்தானவை.

ஒரு தகப்பன் மகனை வளர்க்கிறபோது, ஊழியர்களை நல்ல மேலதிகாரி நடத்துவதைப் போலவே, நல்ல செயல்களை அங்கீகரித்து 'பாசிடிவ் ஸ்ட்ரோக்'குகளையும், தவறு செய்கிறபோது, 'நெகடிவ் ஸ்ட்ரோக்'குகளையும் கொடுக்க வேண்டும். மிகக் குறைந்த அளவில் கண்டுகொள்ளாமல் விட்டும் (நோ ஸ்ட்ரோக்) பழக்க வேண்டும்.

அப்பா திட்டுகிறார் என்றால் ஏன் திட்டுகிறார் என்று பிள்ளைக்குப் புரிய வேண்டும். அப்பாவின் நோக்கம் தன்னை நெறிப்படுத்துவதுதான் என்று புரிகிற பிள்ளைகளுக்கு வெறுப்பு ஏற்படாது. கண்டித்தல் களிலும், தண்டனைகளிலும், ஆளையே (மகனையே) குறை சொல்கிற, ஒதுக்குகிற தொனி கூடாது.

அவன் செய்த குறிப்பிட்ட செயல் மட்டுமே கண்டிக்கப்பட வேண்டும். ஒருமுறை செய்த தவறை அடிக்கடி சொல்லிக் காட்டுவது, குத்திக் காட்டுவது கூடவே கூடாது. ஒரு தவறுக்கு ஒருமுறை தண்டனை வழங்கிவிட்டால் (வாயால் பேசுகிற பேச்சாகவே ஆனாலும்) அத்துடன் அந்தக் குற்றத்தை அப்பா மறந்துவிடல் வேண்டும்.

இப்படியெல்லாம் செய்யும் நெறிப்படுத்தும் வேலைகளால், அப்பாவிடம் மகனுக்கு அன்பு குறையாது. மாறாக மதிப்பும் பயமும் அதிகரிக்கும். பதினைந்து வயதைத் தாண்டிவிட்டாலே, அவன் கிட்டத்தட்ட ஒரு முழு மனிதன். அவனுடைய எலும்புகள் மட்டுமல்ல, உள்ளமும்கூட உறுதி பெற்றிருக்கும். அதன்பின் பழைய கட்டுப்பாடுகள் கண்டித்தல்கள் அவனிடம் எடுபடாமல் போகலாம்.

நிலைமை மாறியிருப்பது தெரியாமல், தந்தை பழைய நினைவில் அதிகாரங்களைப் பயன்படுத்த அது இடைவெளியையே உருவாக்கும்.

நீங்கள், உங்கள் மனைவி. நீங்கள் விரும்பி பெற்றுக்கொண்ட, ஆசையாக வளர்த்த பிள்ளை. எல்லாம் சரி. மனைவி வந்தபிறகு

மாறிவிட்டான் முன்போலில்லை, மதிப்பதில்லை, எல்லாம் தப்பு.

இல்லை. நீங்கள் நினைக்கிறீர்கள். நீங்களும் உங்கள் மனைவியும் ஒரு யூனிட்(குழு). உங்கள் மகனும் மருமகளும் ஒரு யூனிட் என்று. அப்படித்தான் இருக்கவேண்டும் என்று அவசியமில்லை. நீங்களும் உங்கள் மனைவியும் பின்பு மகன் ஒரு யூனிட். மருமகள் மற்றுமொரு யூனிட். இதுவும்கூட சாத்தியம்தான். அவர்களுக்கும் பிரச்சினைகள், இடைவெளிகள் இருக்கலாம். ஆனால் அவற்றை அவனோ, அவளோ உங்களிடம் தெரியப்படுத்தாமல் இருக்கலாம். அப்படிப் பிரச்சினை இருந்தால், அவன் பாசம்தானே! அவனுக்கு உங்கள் இருவரின் உதவி தேவைதானே! பொறுமையாக யோசியுங்கள். உங்கள் பிரச்சினையைப் பெரிதாக்காதீர்கள். அவனுக்கு உதவுங்கள்.

8. தீர்ப்பு

ஒவ்வொரு குடும்பமும் ஒரு குட்டி ராஜ்ஜியம்தான். குடும்ப உறுப்பினர்களே அதன் குடிமக்கள். அம்மா ராணியோ இல்லையோ, அப்பாதான் ராஜா. சில ராஜாக்கள் ஜனநாயகவாதிகள். மற்றவர் கருத்துகளையும் கேட்டறிந்து மக்களுக்குத் தேவையானதைச் செய்பவர். ஒரு சிலர் சர்வாதிகாரிகள். தப்பித் தவறி இடி அமீன், ஹிட்லர், முசோலினி போன்ற கொடுங்கோலர்களும் குடும்பத் தலைவர்களாக அமைந்துவிடுவது உண்டு.

அவர்கள் வைத்ததுதான் சட்டம். சொல்வதுதான் வேதம். கீழ்ப்படியாதவர்களுக்குக் கடும் தண்டனைதான். அப்படிப்பட்டவர்களின் ஆட்சிகள் கவிழவும் செய்யலாம். தள்ளியவன் மகனாகவும் இருக்கலாம். தந்தையின் அட்டகாசங்களைச் சமாளிக்க முடியாமல் வெளியேறிவிடுபவர்களும் உண்டு. ஆயிரம் சொன்னாலும், அப்பா-மகனுக்கு இடையே பயலாஜிக்கல் தொடர்பு அம்மாவை விட குறைவுதான். தன் ரத்தம் என்று மகனைப் பற்றி தந்தைக்குத் தெரிகிற அளவு, மகனால் தந்தையை அந்த விதத்தில் உணரமுடியாது. அதனால் அவர் வளர்க்கும் விதம், நடந்துகொள்ளும் விதங்களாலேயே அப்பாவை அவனால் நேசிக்க முடியும். ‘நான் அப்பாடா’ என்று அவர் சத்தம் போட்டாலும், அதட்டினாலும்

பலனிருக்காது. 'அதற்கென்ன!' என்பது போன்ற அலட்சியம் சாத்தியமே. இரவும் வரும் பகலும் வரும் என்கிற பாடலில் கவிஞர் கண்ணதாசன் சொல்லுவார்.

உறவும் வரும், பகையும் வரும்
வாழ்க்கை ஒன்றுதான்.
துணையும் வரும் பிரிவும் வரும்
பயணம் ஒன்றுதான்...

அதேபோலத்தான் அப்பா - மகன் பாத்திரங்களும்.
பிள்ளையும் ஆவார், அப்பாவும் ஆவார்.
மனிதர் ஒருவர்தான்.

ஒவ்வொரு ஆண்மகனுக்குமே அப்பா - மகன் என்கிற இரண்டு பாத்திரங்கள், ரோல்களும் உண்டு. மகனாகப் பிறந்து வளர்ந்து, தானும் ஒரு அப்பா ஆகிற நிலை விதிவிலக்கான சிலரைத் தவிர மற்ற அத்துணை ஆண்மக்களுக்கும் உண்டு.

ஹலோ பிரதர்... (மகனுக்கு)

அப்பா இருக்கிறபோது அவர் மதிப்புத் தெரியாத பிள்ளைகள் எண்ணிக்கைதான் அதிகம். நான் அதிர்ஷ்டக்காரன். என் தந்தை அவரது 86 வயது வரை வாழ்ந்தார். அவரோடு அன்பாகவே, அன்னியோன்னியமாகவே இருந்தோம். ஆனாலும்கூட அவர் மறைந்து நான்கு - ஐந்து ஆண்டுகள் ஆகியும் அவரை மறக்க இயலவில்லை. இன்னும் சிறப்பாகப் பழகியிருக்கலாமோ என்றுதான் எனக்குத் தோன்றுகிறது. குறிப்பிட்ட இடங்களில், குறிப்பிட்ட வேலைகளைச் செய்யும்போது அவரது மறைவு, அவர் இல்லாதது பெரும் குறையாகவே தெரிகிறது. அவரைப் போல இன்னொருவர் உண்டா என்றே நினைக்கத் தோன்றுகிறது.

அப்பாக்கள் விவரம் தெரிந்தவர்கள், அனுபவஸ்தர்கள். நம் பலம், பலவீனம் தெரிந்தவர்கள். நம் நலம் விரும்பிகள். அவர்கள் இருக்கும்போது நம் பலம் அதிகம். நம்முடைய வேண்டாத சில குணங்களால் நாம் அவர்களை சிரமப்படுத்துகிறோம். அவர்களைச் சங்கடப்பட வைக்கிறோம். சில விதங்களில் நாம் வளர்ந்து விடுவதால் அவர்களிடம் குறைகூட காண்கிறோம். பலமிக்கவரை

இயற்கையாக நம் பக்கம் இருப்பவரை அன்னியமாக்குகிறோம், தள்ளிவைக்கிறோம்.

வயதாவதால் அவர் வேகம் குறைந்திருக்கலாம். அவர் செயல் திறன் குன்றியிருக்கலாம். ஆனாலும் அவர் நமக்கு பெரிய பலம். அவருடைய மனநிறைவு அவருடைய வாழ்த்துகள், அவருடைய ஆசீர்வாதம் எல்லாம் நமக்கு வரக்கூடிய பெரும் கேடுகளைத் தவிர்க்க, எதிர்க்க, தகர்க்க வல்லவை. அப்பாவுடன் இருப்பது நல்ல கவசம் அணிந்திருப்பது போலவேதான். ஒரு சிலர் பழையது என்றோ, சற்று அளவு சரியில்லை என்றோ அணிவதற்குப் பிரியப்படுவதில்லை. அவர்களின் பாதுகாப்பு குறைவுதான்.

அவர் பணியிலிருந்து ஓய்வு பெற்றிருக்கலாம். காலச்சுழற்சியினால் நமக்கும் வளமும் பலமும் அதிகரித்திருக்கலாம். அதற்காக அவர் செய்துகொண்டிருப்பவை எல்லாவற்றையும் நிறுத்த முடியாது. உங்களுக்கு என்ன பெரிய பணம் வந்துவிடுகிறது என்று மீண்டும் வேலைக்குப் போவேன் என்கிறீர்கள்!? இதில் என்ன பெரிய வருமானம் வருகிறது என்று நீங்கள் இந்த வியாபாரத்தைத் தொடருகிறீர்கள்? வேண்டாம், மூடிவிடலாம் என்றெல்லாம் சொல்லும் மகன்கள் உண்டு. அவர்கள் அப்படிச் செய்யலாமா?

பெரிதாக என்ன வந்துவிடும் என்கிறீர்களே, வருவது அவருக்கு பணம் மட்டுமல்ல, வருவது திருப்தி, நிம்மதி. அதன் மதிப்பு எவ்வளவு? அதை என்ன விலை கொடுத்தும் ஒருவரால் வாங்கிவிட முடியுமா? எண்பது தொண்ணூறு வயது வரை மிகவும் அற்புதமாகப் பணியாற்றுகிறவர்கள் உண்டு. கவிஞர் ரவிந்திரநாத் தாகூர், ஓவியர் M.F.ஹுசைன் எல்லாம் தொன்னூறு வயதைத் தாண்டியபிறகும் மிகச் சிறப்பாக படைப்புகளை தொடர்ந்தவர்கள் தினமணி நாளிதழின் சிவராமன் 84 வயது வரை பணி செய்தார். தந்தை பெரியார் 95 வயது வரை சேவை செய்தார். மூதறிஞர் ராஜாஜி, மகாத்மா காந்தி எல்லாம் சாகும் வரை சுடர் விட்டுக் கொண்டேயிருந்தார்கள். சில தீபங்களின் அடர்த்தியும், தீர்க்கமும் அதிகம். அவை நின்று நிதானமாக நெடுங் காலம் ஒளிரும். நாம் ஏன் அதற்கு ஓய்வுகாலம் அறிவிக்கவேண்டும்?

அவரால் இயன்றவரை ஏதாவது செய்து கொண்டேயிருக்கட்டும். உடல் மட்டுமல்ல... மனதிற்கும் வேலை செய்யும் திறன் உண்டு.

அது நிற்கவே நிற்காது. அதற்குத் தீனி கொடுத்துக் கொண்டேயிருக்க வேண்டும். அதை நிறுத்தினால்தான் அதற்கு வேலை கொடுக்கா விட்டால்தான் பிரச்னை. நம் வண்டி ஓட ஆரம்பித்து விட்டது என்பதால், அவர் வண்டியை நிறுத்திவிட்டு இறங்கி வந்து நம் வண்டியில் ஏறி நாம் ஓட்டுவதை அவரால் ஒரு சாதாரண பயணியைப்போல வேடிக்கை பார்த்துக் கொண்டிருக்க முடியாது. அவரது முழு வாழ்க்கைக்கும் அவர் உரிமையுள்ளவர். உணவு, வீடு மட்டுமல்ல, அவருடைய சுதந்திரம் அவருக்கு முக்கியம். அதை அவர்தான் முடிவு செய்ய வேண்டும்.

அப்பா என்பவர் ஒரு மகனுக்கு அவனுடைய வெவ்வேறு வயதுகளில் எப்படித் தெரிகிறார் என்பதை இப்படியும் சொல்வார்கள்.

என் நான்கு வயதில் என் அப்பாதான் உலகத்திலேயே சிறந்த வராக எனக்குத் தெரிந்தார். எனக்கு ஆறு வயதானபோது, அவருக்கு மிக அதிகமானவர்களை தெரிந்திருக்கிறதே என்று வியந்தேன். எனக்கு பத்து வயதாகும்போது, அவர் அற்புதமானவர்தான். ஆனால் கொஞ்சம் முன்கோபக்காரர் என்று நினைத்தேன். நான் என் பன்னிரெண்டாவது வயதில் என்ன இது இவர் நான் செய்வது எல்லாவற்றிலும் குற்றம் கண்டுபிடிப்பவராக இருக்கிறாரே என்று எரிச்சல்பட்டேன்.

என் பதினாறாவது வயதில் என் கண்களுக்கு அவர் பழமை மாறாதவராக புதுமைகளுக்கு எதிரானவராகத் தெரிந்தார்.

என் பதினெட்டாவது வயதில் நான் செய்வனவற்றை எதையும் பொறுத்துப் போகாதவராக அவர் இருப்பதாக எனக்குப் பட்டது.

என் இருபதாவது வயதில் என்னால் அவரை ஒருபோதும் மன்னிக்கவே முடியாது என்று நினைத்தேன். அவர் மீது அவ்வளவு கோபம் வந்தது. எப்படித்தான் அம்மா அவருடன் வாழ்கிறாரோ என்று கூட ஆச்சரியப்பட்டேன். என் 25வது வயதில் நான் செய்வதையெல்லாம் அவர் ஆட்சேபிப்பதாக எனக்குப் பட்டது. என் 30வது வயதில் அவரோடு என்னால் பலவற்றிலும் ஒத்துப்போக முடியவில்லை.

என் 40வது வயதில் அவர் அப்பா கூட அவரிடம் சிரமப்பட்டிருப்பாரோ என்றே நினைக்கத் தோன்றியது. அந்த அளவு அவரது நடவடிக்கைகள்

எல்லாமே என்னை சங்கடப்படுத்தின.

என் 45வது வயதில் அவர் கண்டிப்புடன் என்னை வளர்த்துப் பண்படுத்தியது என் நன்மைக்குத்தான் என்பதை என்னால் உணர முடிந்தது. என் 50வது வயதில், என் பிள்ளைகள் என்னிடம் முரண்டு செய்யவும் என்னைப் புரிந்துகொள்ளாமல் பேசவும், எனக்கு, எப்படித்தான் என் அப்பா அவர் பிள்ளைகளான எங்களை வளர்த்தாரோ என்கிற வியப்பும் அப்படிச் சிறப்பாக வளர்த்த அவர் மீது மதிப்பும் வந்தது.

என் 55வது வயதில் அவர் தொலைநோக்கு உடையவராகவும் பெருந்தன்மை உடையவராகவும் பெரிய மனது உடையவராகவும் தெரிய ஆரம்பித்தார்.

என் 60வது வயதில் இருக்கிறேன் இப்போது எவரேனும் என்னுடைய அப்பா எப்படி என்று என்னிடம் கேட்டால் அடித்துச் சொல்லுவேன், என் அப்பாதான் உலகிலேயே பெஸ்ட் அப்பா என்று. இது சத்தியம்.

நான்கு வயதில் அறியாப் பருவத்தில், அப்பா அற்புதமானவராகத் தெரிகிறார். பின் உலகத்தில் பலவற்றையும் ஒரு முழுச் சுற்று சுற்றிப் பார்த்துவிட்ட 60வது வயதிலும் அப்பா அற்புதமானவராகத் தெரிகிறார். ஆனால் இடையில் மட்டும், அவர் வெவ்வேறு விதங்களாகத் தெரிகிறார் என்றால், தப்பு யார் மீது?! அவர் மீதா அல்லது நம் பார்வை மீதா?

அவர் தன் கடமைகளைச் செய்கிறார். நாம் வேறுபட்ட நிலை களிலிருந்து அவரைப் பார்க்கிறோம். குருடர்கள் யானையைப் பார்ப்பதுபோல. அப்பா எப்போதும் அப்பாதான். நம் நலனில் அக்கறையுள்ள அப்பாதான். சரியில்லாத தன் பிள்ளைகளைக் கண்டிக்காத அப்பாவின் பிள்ளைகள் தறிகெட்டுப் போய்விடுகிறார்கள். அப்பா கண்டித்ததால் உருப்படாமல் போனவர்கள் எவரும் இல்லை.

ஹலோ சார்... (அப்பாவிற்கு)

அவனுக்கு நீங்கள்தான் பொறுப்பு. அவனைக் கண்டிக்கும், நெறிப்படுத்தும் முழு உரிமையும் உங்களுக்குண்டு. அவனால் மற்ற எவரையும் போலவே எதையும் செய்ய முடியும். ஆனால் தொடக்கம் வேறுபடலாம். அவன் புரியாமல் விவரம் தெரியாமல்

பேசலாம். அவனைப் புரிந்துகொள்ளுங்கள், அவன் பக்கம் போங்கள். உங்கள் பக்கம் கூப்பிட்டுப் பாருங்கள். ஓடிவந்து விடுவான்.

உங்களுக்கு அவன் பிள்ளைதான். ஆனால் ஊருக்கு ராஜா ஆயிற்றே. மீசை முளைத்த ஆம்பிளை. ஆசை மனைவிக்கு கம்பீரமான கணவன், அவன் பிள்ளைகளுக்கு அப்பா. அவனைவிட உங்களுக்குக் கூடுதலாகவே தெரியும். அதனால் என்ன? கூடுதலாகத் தெரிந்தவர்கள், அதிக அனுபவம் உள்ளவர்களுக்கு மட்டுமேயான வாழ்க்கை இது என்று எவர் சொன்னது?

அவன் சைக்கிளின் பின்னால் இருந்து கையை எடுங்கள். அவனுக்காக நீங்கள் ஸ்டியரிங் பிடித்தது போதும். அவனாக வண்டி ஓட்டட்டும். வாழ்க்கை வண்டியையும் நீங்களே ஓட்டினால் அவன் என்ன, அவன் வாழ்க்கையிலும் வேடிக்கை மட்டுமே பார்க்கக் கூடிய பிரயாணியா? அவன் தோற்றுவிடவே கூடாது என்று நீங்கள் பாதுகாப்பாகவே இருப்பதால் சில கெடுதல்களும் உண்டு. அவன் செய்து அடிபட்டுத் தெரிந்துகொள்ளட்டும்.

தோல்விகள் தரும் பாடங்கள் வலுவானவை. வெற்றி மட்டுமல்ல வாழ்க்கை. செய்து பார்க்கிற அனுபவமே வாழ்க்கை. அவன் வாழ்க்கையை அவனே வாழ உங்கள் உதவி அவசியமில்லை என்று சொல்லவில்லை. தேவை முழுவதையும் நாம் செய்து அவனைப் பார்க்கச் சொல்வதல்ல.

கலீல் ஜிப்ரான் சொன்னதைப் பார்த்தோம், நம் பிள்ளைகள் நம் மூலமாக வந்தவர்கள். ஆனாலும் நம் பிள்ளைகள் அல்ல என்று. நமது ஒளிநகல் (போட்டோ காபி) அல்ல அவர்கள். அவர்கள் வேறுபாடுகளுடன்தான் இருப்பார்கள். இருக்கலாம். அதில் என்ன தவறு?

அவனுக்கு என்று ஒரு மனது இருக்கிறது. அதில் இடம் பிடிக்க, அப்பா என்கிற சான்றிதழ் மட்டும் போதாது. அவன்தான் நமது தலைமுறை சங்கிலியின் நம் காலத்து கண்ணி. அது வலுவானதாக இருக்க வேண்டும்.

நாமே பெற்று வளர்த்து, நம்முடன் வாழ்நாள் முழுக்க வைத்துக்

கொள்ள இயற்கையும் சமூகமும் கொடுத்துள்ள அற்புதமான உறவு தான் மகன் எனும் உறவு.

மகனே ஆனாலும் வயதில் குறைந்தவன் என்றாலும் நாம்தான் கற்றுக்கொடுத்தவன் என்பதாலும் ஒரு நல்ல நண்பனைப்போல, தோழனைப்போல பழகிக்கொள்ள சேர்ந்திருக்க முடியும். அப்படிச் செய்பவர்கள் எவ்வளவோ பேர் இருக்கிறார்கள். சிறிய மனமாற்றங்கள் போதும். வாழ்க்கை முற்றிலும் மாறிவிடும். மனது லேசாகிவிடும்.

உங்கள் காலத்தில் நீங்கள் எவ்வளவோ செய்தாயிற்று. உங்கள் வேகம் குறைய வேண்டும். இது இயற்கை. இதில் தவறில்லை. குட்டிகள் 16 அடி பாய்வது வழக்கம்தான். பாய்வதை ஊக்கப்படுத்துங்கள், பாராட்டுங்கள். வாழ்த்துங்கள். அது உங்கள் குட்டி. உங்கள் ஜீன். உங்களுக்குத்தான் பெருமை.

உங்கள் மனவேகம் வேறு. அதற்கு ஈடுகொடுக்க உடலால் முடியாமல் போகலாம். உடலும் மனமும் ஒரே வேகத்தில் போவதே வாழ்க்கை வண்டிக்கு நல்லது.

வயதாகிற உடலுடன் இணைந்துபோக மனவேகத்தை நீங்கள் குறையுங்கள். இயற்கையைப் புரிந்துகொள்ளுங்கள். ஏற்றுக் கொள்ளுங்கள். நகர்ந்து அமருங்கள். அவன் வண்டி ஓட்டட்டும். அவனால் முடியும். இது அவன் பலமாக உள்ள பருவம். அறுபது வயதுக்கு மேல் புதிய பொறுப்புகளை எடுத்துக்கொள்ளவேண்டாம்.

மகன் பேச்சைக் கேளுங்கள். என்ன குறைந்துவிடும்?

உங்கள் சாதனைகளுக்கு ஏது முடிவு? ராஜ்ஜியத்தை, பரப்பளவை, பொறுப்புகளைக் குறைத்துக்கொள்ளுங்கள். சுறுசுறுப்பாகவே இருங்கள். குடும்பம் தவிர, வெளியே மிகப்பெரிய உலகமிருக் கிறது. சமூகத்துக்கு வாருங்கள். மற்றவர்களுக்கு உதவுங்கள். மனதை அமைதியாக வைத்துக்கொள்ள இதுவே சிறந்த வழி.

உங்கள் மீதும் அவன் அம்மா மீதும் அவன் கொண்டு இருக்கிற அக்கறையை முயன்றால் உங்களால் பார்க்க முடியும்.

வயதான நீங்கள் பெருந்தன்மையைக் காட்டுங்கள். அவன் சிறியவன். என்ன முயன்றாலும் மீண்டும் இப்படியே அப்பா மகனாகப் பிறக்கவா

முடியும்? பிறந்து விட்டோம். பெறுவதற்கரியதைப் பெற்றுவிட்டோம். ஈகோவை மட்டும் இருவரும் சற்றுத் தள்ளிவைத்து விட்டால், போதும், இருவருமே பலம் பெற்றவர்களாகிவிடுவோம்.

வாழ்க வையகம், வாழ்க வளமுடன்.

★★★

௯. செய்யத்தக்கவையும் செய்யக்கூடாதவையும்

அன்புள்ள அப்பா ...

- *அடிக்காதீர்கள்.*
- *ஒப்பிட்டுக் குறைசொல்லாதீர்கள்.*
- *மகனோடு நேரம் செலவிடுங்கள்.*
- *படிப்பில் அவன் விருப்பத்தையும் கேளுங்கள்.*
- *அதற்கு முக்கியத்துவம் கொடுங்கள்.*
- *உங்களால் இயன்ற அளவு அவனைப் பலவற்றிலும் (கலைகள், திறன்கள்) பலவான் ஆக்குங்கள்.*
- *அவன் தனித்தன்மைக்கு இடையூறாகாதீர்கள்.*
- *நன்மை தீமைகளை எடுத்துச் சொல்லுங்கள். வலியுறுத்துங்கள்.*
- *அவன் பக்கத்துத் தேவைகளை, காதல் உட்பட புரிந்துகொண்டு நிறைவேற்றுங்கள்.*
- *அவன் சாதனைகளை வெளிப்படையாக அங்கீகரியுங்கள்.*
- *அவன் வெற்றிகளைக் கொண்டாடுங்கள்.*

- அவன் முடிவுகளுக்குப் பக்கபலமாக இருங்கள்.
- விவாதங்களைத் தவிர்த்து விடுங்கள். வேண்டவே வேண்டாம்.
- எதிர்பார்ப்புகளைக் குறைத்துக் கொள்ளுங்கள்.
- குற்றம் சொல்வதை நிறுத்துங்கள்.

மகனே கேள்...

- உனக்கு சரி என்று படுவது எல்லாம் சரியல்ல.
- அவர் பேச்சைக் கேள்.
- சொல்வதைச் செய்.
- முடிவெடுக்கும் முன் அவர் சொல்வதைக் கவனி, யோசி.
- காதலே வாழ்க்கை அல்ல. அது வாழ்க்கையின் ஒரு பகுதி. கலந்து பேசி முடிவெடு.
- அவரை அலட்சியப்படுத்தாதே.
- உன் அப்பா எல்லாம் பலவற்றையும் என்ற நினைப்பை மனதில் வைத்துப் பேசு.
- அவரிடம் பணம் கேட்டு நிர்ப்பந்திக்காதே, தொல்லை கொடுக்காதே.
- அவருடன் நேரம் செலவிடு.
- ஆதரவாகப் பேசு.
- அவருடைய தேவைகளை, சூழ்நிலைகளைப் புரிந்துகொள்.
- அவர் விரும்பும் இடங்களுக்கு அழைத்துப் போ.
- தேவைப்படுவன வாங்கிக் கொடு.
- அவருடைய தனித்தன்மையை மதி. அதற்கு முக்கியத்துவம் கொடு.
- பொது மற்றும் வீட்டு நிகழ்ச்சிகளில் அவரை அங்கீகரி. மரியாதை கொடு.

சோம.வள்ளியப்பன்

தமிழகத்தின் அனைத்து முன்னணிப் பத்திரிகைகளிலும் இதழ்களிலும் கட்டுரைகள், தொடர்கள் எழுதுபவர். தொலைக்காட்சிகளில் பங்குச் சந்தை மற்றும் பொருளாதாரம் தொடர்பான நிகழ்ச்சிகளில் கருத்துகள் சொல்பவர். தமிழகம் முழுவதுமிருந்தும் பல்வேறு கல்லூரிகள், அமைப்புகள் மற்றும் நிறுவனங்களால் பேச, பயிற்சி கொடுக்க அழைக்கப்படுபவர். நிர்வாகம், உறவுகள், சுய முன்னேற்றம், பணம், பங்குச் சந்தை, ஆளுமைகள் பற்றி இதுவரை 75 புத்தகங்கள் எழுதியிருக்கிறார். இளங்கலை பொருளாதாரம், MBA மனித வளம் மற்றும் மார்க்கெட்டிங் படித்திருக்கும் சோம. வள்ளியப்பன், பெல், பெப்ஸி, வேர்ல்பூல், டாக்டர் ரெட்டீஸ் பவுண்டேஷன், நவியா உள்பட பல்வேறு நிறுவனங்களில் 30 ஆண்டுகள் மனிதவளத்துறையில் பணியாற்றிவிட்டு, தற்போது மேன்மை மேனேஜ்மென்ட் கன்சல்டன்சியின் மேலாண் இயக்குனராகச் சென்னையில் பணிபுரிகிறார். அவரது எமோஷனல் இண்டெலிஜென்ஸ் குறித்த ஆய்விற்காக சென்னை பல்கலைக்கழகத்தில் Ph.D. பட்டம் பெற்றவர்.

ஆசிரியரின் பிற நூல்கள்

சுயமுன்னேற்றம்

1. இட்லியாக இருங்கள் எமோஷனல் இன்டெலிஜென்ஸ்
2. எமோஷனல் இண்டெலிஜென்ஸ் 2.0
3. ரசவாதம்: ஏதிலும் பெரும் வெற்றி (NLP பற்றி)
4. தடையேதுமில்லை (சுயமுன்னேற்றக் கட்டுரைகள்)
5. உஷார் உள்ளே பார் (மனமும் சக்தியும்)
6. ஆல் தி பெஸ்ட்! (நீங்கள் விரும்பும் வேலையை வென்றெடுப்பது எப்படி?)
7. தள்ளு (மோட்டிவேஷன்)
8. சின்னத் தூண்டில் பெரிய மீன்
9. சிறுதுளி பெரும் பணம்
10. டீன் தரிகிட (பதின் பருவம்)
11. சொல்லாததையும் செய்!
12. மனதோடு ஒரு சிட்டிங்
13. இவ்வளவுதானா நீ?

14. முன்னேற்றம் இந்தப் பக்கம்
15. எல்லோரும் வல்லவரே
16. காதலில் இருந்து திருமணம் வரை
17. சிக்கனம் சேமிப்பு முதலீடு
18. நல்லதாக நாலு வார்த்தை
19. திட்டமிடுவோம் வெற்றிபெறுவோம்
20. அதிகாரம் அல்ல, அன்பு
21. உடல் மனம் புத்தி
22. யார் நீ?
23. உயர... உயர...
24. You vs You: Everything you need to know about Emotional Intelligence

பங்குச் சந்தை

1. அள்ள அள்ளப் பணம் - 1 - பங்குச் சந்தை: அடிப்படைகள்
2. அள்ள அள்ளப் பணம் - 2 - பங்குச் சந்தை: அனாலிசிஸ்
3. அள்ள அள்ளப் பணம் - 3 - பங்குச் சந்தை: ஃபியூச்சர்ஸ் அண்ட் ஆப்ஷன்ஸ்
4. அள்ள அள்ளப் பணம் - 4 - பங்குச் சந்தை: போர்ட்ஃபோலியோ முதலீடுகள்
5. அள்ள அள்ளப் பணம் - 5 - பங்குச் சந்தை: டிரேடிங்
6. அள்ள அள்ளப் பணம் - 6 - மியூச்சுவல் ஃபண்ட்
7. அள்ள அள்ளப் பணம் - 7 - தங்கம்
8. அள்ள அள்ளப் பணம் - 8 - இன்சூரன்ஸ்
9. அள்ள அள்ளப் பணம் - 9 - கடன்
10. ஷேர் மார்க்கெட் சீக்ரெட்ஸ்
11. பங்குச் சந்தை என்றால் என்ன
12. Bulls and Bears - All about Shares
13. ஷேர் பசார் சீக்ரெட்ஸ் (ஹிந்தி)

வியாபாரம்

1. நம்பர் 1 சேல்ஸ்மேன் (சிறந்த விற்பனையாளர் ஆவது எப்படி?)
2. பணமே ஓடி வா
3. தொட்டதெல்லாம் பொன்னாகும்
4. பணம், சில ரகசியங்கள்
5. பணம் சந்தேகங்கள் விளக்கங்கள்
6. நேர்மையாக சம்பாதிக்க இவ்வளவு வழிகளா!
7. எந்தத் தொழிலிலும் ஜெயிக்கலாம்

நிர்வாகம்

1. ஆளப்பிறந்தவர் நீங்கள் (தலைமைப் பண்புகள்)
2. காலம் உங்கள் காலடியில் (நேர நிர்வாகம்)
3. உலகம் உன் வசம் (கம்யூனிகேஷன்)
4. உறுதி மட்டுமே வேண்டும் (கமிட்மெண்ட்)
5. உறவுகள் மேம்பட (Managing People)
6. சிறந்த நிர்வாகி ஆவது எப்படி?
7. மேனேஜ்மென்ட் குரு கம்பன்
8. வீட்டுக் கணக்கு
9. நேரத்தை உரமாக்கு (காலம் உங்கள் காலடியில் - 2)
10. சிக்ஸர்: நிர்வாக உத்திகள்

பொருளாதாரம்

1. நாட்டுக் கணக்கு
2. நாட்டுக் கணக்கு - 2
3. அதிர்ந்த இந்தியா
4. அவசரம்- உடனடியாகச் செய்யவேண்டிய சமூக பொருளாதார மாற்றங்கள்

மாணவர்களுக்கு

1. மன அழுத்தம் விரட்டலாமா
2. இந்தமுறை நீதான்
3. நீங்கள் அசாதாரணமானவர்
4. You are Extraordinary
5. திட்டமிடுவோம் வெற்றிபெறுவோம்

மற்றவை

1. எங்குமிருப்பவர் (சாய் சரிதம்)
2. கே பாலசந்தர்- வேலை டிராமா சினிமா
3, நல்ல மனம் வாழ்க
4. மகிழ்ச்சியாக வாழுங்கள்
5. அப்பா, மகன் - நெருக்கமும் நெருடல்களும்

புதினம்

1. நெஞ்சமெல்லாம் நீ
2. பட்டாம்பூச்சிகளின் கண்ணாமூச்சி காலம்
3. ஜெமினி சர்க்கிள்

www.ingramcontent.com/pod-product-compliance
Lightning Source LLC
LaVergne TN
LVHW060121051026
849517LV00007B/2354